புள்ளினங்கள்

(பெயர் சொல்லும் பறவைகள்)

முனைவர் வெ. கிருபாநந்தினி

BOOKS FOR CHILDREN

Pullinankaal (in Tamil)

Dr. V. Kirubhanandhini

First Published: july 2022

Published by

BOOKS FOR CHILDREN

im print of Bharathi Puthakalayam

7, Elango Salai, Teynampet, Chennai - 600 018

Email: bharathiputhakalayam@gmail.com | www.thamizhbooks.com

புள்ளினங்காள்

முனைவர் வெ. கிருபாநந்தினி

முதல் பதிப்பு: ஜூலை 2022

வெளியீடு:

BOOKS FOR CHILDREN

7, இளங்கோ சாலை, தேனாம்பேட்டை, சென்னை - 600 018.

தொலைபேசி : 044-24332424, 24330024 | விற்பனை: 24332924.

அச்சு : பிரிண்டெக், சென்னை - 600 005.

அணிந்துரை

1859-ல் சார்லஸ் டார்வினின் 'உயிரினங்களின் தோற்றம்' (Origin of species) வெளியான பின்னர் ஏறக்குறைய 40 லட்சம் கட்டுரைகளும் நூல்களும் பறவைகள் குறித்து உலகெங்கிலும் வெளியாகி உள்ளன. எனினும் அவற்றில் ஒப்பு நோக்க தமிழில் மிக மிகக் குறைவாகவே பறவைகளை குறித்த படைப்புகள் உள்ளன.

சங்க இலக்கியங்களில் எண்ணற்ற பறவைகள் குறிப்பிடப்பட்டிருக்கின்றன. நம் மரபிலும் பறவைகளுக்கென்று தனித்துவமான இடமுண்டு. நதிக்கரையில் மரக்கிளையில் இருந்த கிரெளஞ்ச பறவைகளில் ஒன்று வேடனின் அம்பு பட்டு உயிரிழந்த பின்னர் அதன் இணைப்பறவையின் துக்கத்தைக் கண்ட வால்மீகியின் உள்ளத்தில் உதித்த கருணையும் மனக்கலக்கமும் தான் ராமாயண காப்பியமாக உருவானது.

இயற்கையில் இருந்து மனிதர்கள் வெகு தூரம் விலகி வந்திருக்கும் இக்காலகட்டத்தில் பறவைகளை குறித்த தமிழ் மொழியிலான நூல்களும் பிற படைப்புக்களும் அரிதினுமரிதாகவே வெளியாகின்றன.

2022 துவக்கத்தில் திரு.தியடோர் பாஸ்கரன் காலச்சுவடு இதழில் மா.கிருஷ்ணன் அவர்களை குறித்த கட்டுரையில் இவ்வாறு குறிப்பிட்டிருந்தார்

> தமிழ்நாட்டில் கானுயிர் நூல்களோ சொல்லாடல்களோ உருவாகவில்லை. பத்திரிகைகளும் கானுயிருக்கு இடம் ஒதுக்குவதில்லை. செய்திகளை வெளியிட்டாலும் அவை மிகவும் அந்நியப்படுத்தப்பட்ட தொனியிலேயே இருக்கின்றன. சூழலியல், கானுயிர்ப் பாதுகாப்பு, உயிரியல் ஆகிய துறைகளைச் சார்ந்த பிரச்சினைகளை விவாதிக்க உரிய கலைச்சொற்கள் இன்னும் உருவாகவில்லை. நாவல், சிறுகதை போன்ற படைப்பிலக்கியங்களிலும் விலங்குகள், பறவைகள் பற்றி வரும் குறிப்புகள் நமக்கிருக்கும் அறியாமையையும் உதாசீனத்தையும் காட்டுகின்றன.

இந்த சூழலில் வெளியாகி இருக்கும் கிருபாவின் 'புள்ளினங்காள்' மிகவும் முக்கியத்துவம் பெறுகிறது.

தற்போது உலகெங்கும் பறவைகளின் எண்ணிக்கை ஒரு மனிதனுக்கு 6 பறவைகள் என்னும் விகிதத்தில் இருகின்றது. அவற்றில் இன்று சுமார் 11,000 பறவை இனங்கள் மட்டுமே அடையாளம் காணப்பட்டுள்ளன. கடந்த ஐந்து நூற்றாண்டுகளில் 150க்கும் மேற்பட்ட பறவை இனங்கள் முற்றிலும் அழிந்து விட்டன. 1,400க்கும் மேற்பட்ட பறவை இனங்கள் இன்று அழியும் அபாயத்தில் உள்ளன. பறவைகளை குறித்து அறிந்து கொள்வது தான் அவற்றை பாதுகாப்பதன் முதல் படி எனவே கிருபாவின் இந்த நூல் மிக முக்கியமானதொன்று.

எளிய மொழி நடை, சுவரஸ்யமான புதிய தகவல்கள், பறவைகளின் அழகுத் தமிழ் பெயர்கள் என மிக சிறப்பாக அமைந்திருக்கிறது 'புள்ளினங்காள்'. நேரெடியாக வாசகர்களுடன் உரையாடும் மொழி கூடுதல் சிறப்பு..

தொடர்ந்து பயணம், மேடை உரைகள், எழுத்து, ஆய்வு, களப்பணி என தன்னை முழுமையாக பறவைகளின் ஆய்வில் ஈடுபடுத்திக் கொண்டிருக்கும் என் பிரியத்துக்குரிய மாணவி கிருபாவின் இம்முதல் நூல் அவர் தலையணியில் மற்றுமோமோர் பூஞ்சிறகு.

கிருபாவுக்கு அன்பும், ஆசிகளும்...

Dr. லோகமாதேவி

தாவரவியல் பேராசிரியர்,

நல்லமுத்துகவுண்டர் மகாலிங்கம் கல்லூரி,

பொள்ளாச்சி

என்னுரை

நமக்குத் தெரியாத அதுவரை நாம் அறிந்திடாத எதுவும் எப்போதும் அதிசயம்தான். அறிந்து கொள்வது என்பதும், அறிந்துகொண்டதை பகிர்ந்துகொள்வது என்பதும், பகிர்ந்து கொள்வதற்காகவே தேடி அறிந்துகொள்வது என்பதும் அடிப்படையில் ஒன்றுபோலத் தோன்றினாலும் இம்மூன்று அறிதலுக்கும் அடிப்படையில் நுட்பமான சில வேறுபாடுகள் இருக்கின்றன. இதில் நான் மூன்றாவது வரிசை. அதாவது பகிர்ந்துகொள்ளவும் சமூகத்திற்காகப் பயன்படுத்தவும் நாம் அறிந்துகொள்ள வேண்டும் என நினைப்பவள்.

'இந்தச் சமூகத்துக்கு பயன்படாத அறிவு பயனற்றது' என்கிறார் நம் திருவள்ளுவர்.

> அறிவினான் ஆகுவ துண்டோ பிறிதின்நோய்
> தந்நோய்போல் போற்றாக் கடை.

இதன் பொருளை இப்படிப் புரிந்துகொண்டேன். அதாவது நமக்கு எல்லாமுமாக இருக்கின்ற இந்தச் சமூகத்திற்கு நாம் எதற்காவது பயன்பட வேண்டும், சமூகத்திற்குப் பயன்படாத அறிவோ,வாழ்வோ முழுமை பெறாது.

இன்றைக்கு நாம் கற்ற கல்வியால் அடைகிற பகுத்தறிவு சார்ந்த புரிதல், அறிவியல் தொழில்நுட்ப சேவைகள், அதனுடன் அனுபவிக்கிற வசதிகள் எல்லாம் யார்யாரோ நமக்குக் கொடுத்தது. இவற்றைப் பயன்படுத்துகிற உரிமைபடைத்த நாம், அடுத்த தலைமுறைக்கென்று நாமும் எதையாவது கொடுத்துவிட்டுத்தானே போக வேண்டும். அதுதானே நமது கடமை! உரிமையைப் பற்றி ஓங்கி முழங்குகிற நாம் கடமையை மறத்தல் நியாயமில்லையே!

சட்டம் படிக்கப் போவது என்கிற எனது பத்தாம் வகுப்புக் குறிக்கோளை மடை மாற்றித் திருப்பிவிட்டது பன்னிரண்டாம் வகுப்பு. இளநிலை விலங்கியல் முடித்துவிட்டு முதுநிலை விலங்கியல் படிக்க கோவை அரசுக் கல்லூரிக்கு வந்த போது என்னுள் எழுந்த இலக்காக பறவைகள் என்கிற தேடல் எனும் எண்ணம் உருப்பெற்றது.

எம்ஃபில் முடிக்கிற போதே பறவைகள் ஆய்வை நடத்த வேண்டும், அதில் முனைவராக வேண்டும் என்கிற உந்துதல் எழுந்தது. அதை நோக்கியே எனது பயணத்தைத் திட்டமிட்டேன்.

எதற்காக பறவைகளை ஆராய வேண்டும்? இந்த உலகம் நமக்கான உலகம், இங்கே இருப்பவை எல்லாம் நம்முடைய அனுபவத்திற்கு; மகிழ்ச்சிக்கு உரியவை. இதை மறுப்பதிற்கில்லை. அது போல இவை நாமே அனுபவித்து முடித்துக்கொள்வதற்குமில்லை. நமக்கு பிறகான வரும் தலைமுறைக்கும் இங்கே சிலவற்றை நாம் காப்பாற்றிக் கொடுக்க வேண்டும்.

இந்த மண்ணை, மரங்களை, மலைகளை, ஆறு, குளங்களை இங்கெல்லாம் நீக்கமற நிறைந்திருக்கிற பல்லுயிர்களை,(அனைத்து உயிர்களையும்) இந்த இயற்கையுடன் இணைந்து பாதுகாத்திட வேண்டும். நம்முடைய நலனுக்கும், நமது எதிர்கால நலனுக்குமாக இந்த பூமியை பாதுகாக்க வேண்டும். ஏனென்றால் நமக்கு வாழ்வதற்க்காக இருப்பது ஒரே ஒரு பூமி தான் இருக்கிறது!

பூமி அனைத்து உயிர்களையும் மிகவும் நேசிக்கிறது. ஆகப்பெரிய உயிர்களை எல்லாம் தன் காலச்சுழற்சியில் இருந்த இடம் தெரியாமல் அழித்து ஒழித்துவிட்ட பிறகும் தன்னைத் தற்காத்துக் கொண்ட பூமிக்கு மனிதனின் போக்கைத் தடுத்து நிறுத்துவது பெரிய விசயமல்ல. ஆனாலும் பூமிக்குள் பூமியில் உள்ள அனைத்து உயிரினங்களில் உள்ளடக்கம் தான் மனிதன் என்ற புரிதல் நமக்கு இருக்குமானால் நம் மனித அறிவு இந்த மண்ணுக்கு பயனுள்ளதாக இருக்கும்.

பல்லுயிர் ஆய்வில் பறவைகளின் வாழ்வு, மனித வாழ்வோடும், உலகச் சுழற்சியோடும் பறவைகளுக்கு இருக்கிற பங்கு, நமது தவறுகளால் பறவைகளுக்கு ஏற்படுகிற தீங்கு, இவற்றிற்கான தீர்வு என்பதாக பறவைகளின் ஆய்வை எனது இலக்காக நான் எடுத்துக்கொண்டு கடந்த பத்து ஆண்டுகளாக இதே பணியாக என்னை முழுமையாக இதிலே ஈடுபடுத்திக்கொண்டு செயல்பட்டு வருகிறேன்.

எனது அறிவுத் தேடலுக்கு இடமளித்து என்னை இருகரம் கூப்பி அழைத்து இன்றைக்கு முனைவர் கிருபாநந்தினி என்கிற அடையாளத்தை எனக்கு வழங்கியிருக்கிற 'சாலிம் அலி பறவைகள் மற்றும் இயற்கை வரலாறு மையம்' இந்நூல் வெளிவருவதற்கான முதன்மைக் காரணம் என்பதை நான் சொல்லியாக வேண்டும்.

தமிழக கேரள எல்லையான ஆனைகட்டியில் மேற்குத் தொடர்ச்சி மலையில் இயற்கையுடன் இயற்கையாக கட்டபட்டுள்ளது. பல்லுயிரிய வளமிக்க புதர்காடுகள் சூழ்ந்த இப்பகுதியானது யானைகள், புள்ளிமான்கள், காட்டுமாடுகள்

மற்றும் எண்ணற்ற பறவைகளையும் வண்ணத்துப்பூச்சிகளையும் ஊர்வனவற்றையும் உள்ளடக்கிய வனப்பகுதியின் அங்கமாகவே இந்த ஆராய்ச்சி மையம் திகழ்கிறது. இங்கு பல்வேறு விதமான வன உயிரினங்கள் சார்ந்த ஆய்வுகள் நடப்பதால் பல்வேறு விவாதங்களும், கலந்துரையாடல்களும் இங்கு நடைபெறும். அதில் ஒன்று உயிரினங்களுக்கு பெயர் முடிவு செய்வது பற்றியது. பல உயிரினங்களுக்கு மனிதர்களின் பெயர்கள் வைக்கபட்டிருந்தது என்பது வியப்பை ஏற்படுத்தியதோடில்லாமல் விவாதப் பொருளாகவும் இன்றுவரை இருக்கிறது. மனிதர்களின் பெயர்களை பறவைகளுக்கு ஏன் வைத்துள்ளனர் என்று தேடிய பொழுதுதான் பல புதிய வியப்பான வரலாற்றுத் தகவல்கள் கிடைத்தன. எந்த எந்தப் பறவைகளுக்கு யார் யாருடைய பெயர்களை வைத்துள்ளனர் என்று ஆராய்ந்து அதற்கான தரவுகளையும் கண்டறிந்தேன்.

ஆசிரியர், எழுத்தாளர் ஆயிஷா நடராஜன் அவர்கள் “அவசியம் மக்களோடு இதைப் பகிர்ந்துகொண்டே ஆகவேண்டும்” என்று கூறி Bookday என்ற இணையத்தில் “பெயர் சொல்லும் பறவைகள்” என்ற தலைப்பில் வெளியிட உதவினார். நன்றி comrade! தற்போது புத்தகமாக உருமாறக் காரணமான பாரதி புத்தகாலயத்துக்கு நன்றி.

தரவுகளைத் தேடிப் படிக்க உதவிய ஆய்வியல் அறிஞர் ச.சுரேசு மாரிமுத்து, வன உயிரின ஆராய்ச்சியாளர், கட்டுரைகளைப் பிழை திருத்தம் செய்த தங்கை சூர்யா, திருப்பூர் இயற்கை கழக உறுப்பினர் நல்லசிவம், தோழர் இக்லாஸ் உசேன், சித்தப்பா கா.சு. நாகராசன் மற்றும் தலைப்பை முடிவு செய்ய உதவிய அண்ணன் நாட்டுத்துரை தம்பி முகமது உமர் ஆகியோருக்கு நன்றி.

மேலும் இப்புத்தகம் முழுமைபெறக் காரணமாக இருந்த அனைத்து உறவுகளுக்கும் நன்றி. அனைவரின் கூட்டு முயற்சியே இச்சிறு நூல். இதில் 25 பறவைகள் குறித்து மட்டுமே பேசியிருக்கிறேன். தொடர்ந்து பேசுவோம்.....இது தொடக்கம் தான்.

இக்கட்டுரைகளில் வருபவர்கள் மட்டுமல்லாமல் விஞ்ஞானிகள், ஆராய்ச்சியாளர்கள், இயற்கை வரலாற்றுத் தகவல்களை சேகரித்தவர்கள் (Natural History Collectors) என பல பேர் நமக்காக வாழ்வை இழந்து நாம் இன்றைக்கு இவ்வளவு வசதியாக வாழ அறிவையும் கண்டுபிடிப்புகளையும் கொடுத்துச் சென்றுள்ள அனைவருக்கும் என்னுடைய முதல் புத்தகத்தைச் சமர்ப்பிக்கிறேன்.

- கிருபா நந்தினி

எதற்காக பெயர் வைக்கிறோம்?

இந்த பூமிப்பந்தில் உள்ள அனைத்து உயிரினங்கள், தாவரயினங்கள், கணிம வளங்கள் என உயிருள்ளவை, உயிரற்றவை, கண்ணுக்குப் புலனாகின்றவை, கண்ணுக்குப் புலனாகாதவை என எண்ணற்ற பொருள்கள் காணப்படுகின்றன. இப்பொருள்களை உணர்த்தக்கூடிய சொற்களை பெயர்ச்சொற்கள் என்போம். அதாவது "ஏதாவது ஒன்றினுடைய பெயரைக் குறிப்பது பெயர்ச்சொல்" எனப்படும். பெயர்ச்சொல் திணை, பால், எண், இடம் என்பனவற்றை வெளிக்காட்டி நிற்கும்

அனைத்தையும் அடையாளப்படுத்த மற்றும் எளிதாகப் புரிந்துகொள்ள, அதற்கென்று ஒரு பெயர் வைப்பது மனிதன் கற்காலம் முலம் இந்தக் காலம் வரை தொடர்கிறது.

மனித மொழிகளின் வளர்ச்சி மற்றும் மானுட அறிவு வளர்ச்சி இரண்டுக்கும் பெயர் என்ற அடையாளக் குறியீடு தான் நம் அடிப்படை வளர்ச்சிக்கு உறுதுணையாக இருந்து வருகிறது.

நமக்கு எதுக்கு பெயர் வெச்சிருக்காங்க நம்ம அப்பா அம்மா. எதுக்கெல்லாம் பெயரைப் பயன்படுத்துகிறோம் என்று யோசிங்க.

பெயர் நமக்கான அடையாளம். நம் பெயர் சொல்லிக் கூப்பிட்டா வீடு, பள்ளி, மருத்துவமனை போன்ற பொது இடங்களில் எங்க இருந்தாலும் திரும்பிப் பார்ப்போம். ரொம்ப எளிமையா புரியற மாறி சொல்லனும்னா, இத்தனை மனிதர்களில் நம்மை அடையாளம் காணவே நமக்குப் பெயர்கள். அதே போல நமது சுற்றுச்சூழலை பாதுகாக்க, கற்றுக்கொள்ள நாம் ஒவ்வொரு உயிரினங்களையும் அடையாளம் காண வேண்டியுள்ளது. அதற்காக உலகம் முழுவதும் உள்ள நிபுணர்கள் புரிந்து கொள்ள பொதுவான அறிவியல் பெயர்களை (Scientific names) வைக்கிறோம்.

நாம் நமது உறவுகளுக்குப் பிடித்த, வரலாற்றில் சாதித்தவர்களின் பெயர்கள், தமிழ் பெயர்கள் என வித விதமாக பெயர்களை வைத்து அன்போடு நம் புரிதலுக்கு அழைக்கிறோம். உயிரினங்களுக்கும் கண்டுபிடித்தவர்களின் பெயர்கள், அதன் வடிவம், குணம் ஆகியவற்றைப் புரிந்துகொள்ளும் விதமாக பெயர்களை வைக்கின்றனர்.

பெயர்களைக் கேட்ட உடனே குறிப்பிட்ட உயிரினம் பற்றிய ஒரு சில தகவல்களை உலகம் முழுவதும் ஆராய்ச்சியாளர்கள், கல்வியாளர்களால் எளிமையாகப் புரிந்துகொள்ள முடியும். அவை பற்றி மேலும் விரிவாக கற்க பயன்படும். இயற்கைச் சூழலில் அதன் பங்கு பற்றியும், மனிதர்களுக்கு எவ்வாறு பயன்படுகின்றன போன்றவற்றைக் கண்டறிய முடிகிறது. அதற்கு தகுந்தாற் போல் நமது செயல்பாடுகளைத் திட்டமிட முடிகிறது.

அதேபோல் பல உயிரினங்களுக்கு ஆராய்ச்சியாளர்கள், விஞ்ஞானிகள் மற்றும் இயற்கை வரலாற்றுத் தரவுகளைச் சேமிக்க பயணம் செய்தவர்களின் பெயர்களையும் வைத்துள்ளனர். இப்பெயர்களின் மூலம் நமக்காக அவர்கள் வாழ்வையே தியாகம் செய்துள்ளதைப் புரிந்துகொள்ளலாம். சில பேர்களின் பிறந்த தேதி, மாதம், புகைப்படங்கள் கூட கிடைக்கவில்லை. இப்புத்தகத்தைப் படித்து இதில் ஆர்வமுள்ளவர்கள் தேடிப் படித்தால் இன்னும் பல தகவல்களைத் தெரிந்து கொள்ளலாம். தற்போது பறவைகளுக்கு யாருடைய பெயரை எதற்கு வைத்துள்ளார்கள் என்று சில தகவல்களை இப்புத்தகம் மூலமாக உங்களிடம் பகிர்கிறேன்.

அனைத்து தாவரங்கள் (Botanical Name) மற்றும் விலங்குகளுக்கு (Zoological Name) வைத்திருக்கும் பெயர்களின் அர்த்தங்களைத் தெரிந்து கொண்டால் எளிமையாக ஞாபகம் வைத்து அவைகளைப் பற்றி கற்றுக்கொள்ளலாம், பின்பு தாவரவியல் மற்றும் விலங்கியல் துறையில் சாதிக்கலாம். உங்கப் பெயரையும் இதே போல சில உயிரினங்களுக்கு வைத்து அழைப்பார்கள்.

உள்ளே

1

லோட்டன் தேன்சிட்டு

அது பிப்ரவரி மாதத்தில் பனி விலகும் அழகான காலை நேரம். ஒரு பறவை அதன் வாயில் எதையோ வைத்துக்கொண்டு அங்கும் இங்கும் அலைவதைக் கவனித்தேன். அதன் அலகு நீளமாக கீழ்நோக்கி வளைந்தும், உடல் அடர்பச்சை நிறத்திலும் மார்புப்பகுதி செம்மஞ்சள் நிறத்திலும் காணப்பட்டது. உடனடியாக அது ஒரு பெண் லோட்டன் தேன்சிட்டு என்று கண்டறிய முடிந்தது. ஏனென்றால், மேற்குத்தொடர்ச்சி மலைகளில் பரவலாகக் காணப்படும் பறவை தான் லோட்டன் தேன்சிட்டு.

நான் பார்த்த தேன்சிட்டின் வாயில் சிலந்தியின் நூலாம்படை இருப்பதைக் கவனித்தவுடன், அது வீடு கட்டிக்கொண்டிருக்கிறது புரிந்து கொண்டேன். தொடர்ந்து கவனித்ததில் என்று நூலாம்படையை மூங்கில் மரமொன்றில் வைத்துவிட்டு சட்டெனப் பறந்தது. நவம்பர் முதல் மார்ச் வரை இதன் இனப்பெருக்க காலம் என்பதாலும், அடுத்த ஒரு சில நிமிடங்களில் அது ஓர் இலையுடன் வந்ததாலும் ஓ.., இது இனப்பெருக்கத்துக்குத் தயாராகிறது என்றும் புரிந்து கொண்டேன்.

Loten's Sunbird (Cinnyris lotenius)

அதன் கட்டட வேலையைத் தொந்தரவு செய்யாமல் நானும் என் ஆய்வுப் பணியைத் தொடர ஆய்வகத்துக்குள் சென்றுவிட்டேன். ஆனால், அவ்வப்போது மறைந்திருந்து தேன்சிட்டுவின் கட்டுமானப் பணிகளையும் கவனித்துக் கொண்டிருந்தேன். ஒரு சில நாட்களில் வண்ணங்களால் மின்னிய கரு ஊதா நிற தலைப்பகுதியும் நீண்ட அலகும் கொண்ட ஆண் லோட்டன் பறவையையும் பார்க்க முடிந்தது. இதன் உடலின் நீளம் 13 சென்டிமீட்டர் எடை 8லிருந்து 11 கிராம் வரை இருக்கும்.

இந்த புதிய இணையர்களின் புதிய குடிவரவு மற்ற ஆராய்ச்சியாளர்களுக்கும் தெரியவந்தது. எல்லோரும் கவனிக்கத் தொடங்கினோம். பெண் லோட்டன் முட்டையிட்டது. முட்டைகள் சாம்பல் வெள்ளை நிற ஓட்டில் பழுப்பு நிற புள்ளிகளுடன் காணப்பட்டன. அம்மா - அப்பா இருவருமே முட்டைகளை அடைகாத்தனர். பதினைந்து நாட்களில் குஞ்சு பொறித்தது, சிறகு முளைக்காத அழகிய குஞ்சுகள் இளஞ்சிவப்புத் தோலுடன் காட்சியளித்தன. அதிகாலையில் அம்மா - அப்பா இருவரும் அதன் குழந்தைகளுக்குத் தேவையான புரதச் சத்துள்ள சின்னப் பூச்சிகளைப் பிடித்து வந்து ஊட்டுவதும், நாங்கள் யாராவது அவர்களுக்கு இடையூறாக உள்ளோமா என்று அச்சத்துடன் பாதுகாப்பதுமாக அம்மா – அப்பா இருவரும் ஒரே பிசியாக இருந்தனர்.

நம்ம வீட்டில் ஒரு குழந்தை பிறந்தால் இருக்கும் மகிழ்ச்சியைப் போல இருந்த அந்தக் குடும்பத்தில் ஒரு நாள் அபாயக்குரல் கேட்டது. ஆய்வகத்திலிருந்து நாங்கள் ஓடோடிப்போய் பார்த்தோம். இயல்புக்கு மாறாக தாய்ப் பறவைகள் அங்குமிங்கும் பறந்தவாறு மரண பயத்தில் கத்திக்கொண்டிருந்தன. நாங்கள் அனைவரும் பறவைகள் சப்தமிட்ட திசைநோக்கிக் கவனிக்க ஆரம்பித்தோம். அங்கே தேன்சிட்டின் ஒரு குஞ்சை பாதி விழுங்கிக் கொண்டிருந்த ஒரு பாம்பின் தலை தெரிந்தது. பார்த்தவுடன் அனைவருமே முதலில் “அச்சச்சோ” என வருத்தமும், அதிரச்சியுமாகத் தலையில் கைவைத்தோம்.

ஆனால், ஒருசில நொடிகளில் எல்லோரும் இயல்புக்குத் திரும்பிவிட்டோம். ஊர்வன பற்றிய ஆராய்ச்சியில் இருக்கும் ஒருவர் ஓடிச் சென்று அவருடைய விஞ்ஞானியை அழைத்து வந்தார். கூடவே புகைப்படக்கருவிகளையும் எடுத்து வந்து இருவரும் அந்தக் காட்சியைப் பதிவு செய்தார்கள். அவற்றைக்

கவனித்த நாங்களும் மெதுவாக இயல்புக்குத் திரும்பி அமைதியானோம் அதே நேரத்தில் தாய்ப்பறவைகளின் அலறல் தொடர்ந்தவண்ணமிருந்தது. ஆனால், எதையும் பொருட்படுத்தாமல் பாம்பு மெல்ல அடுத்தடுத்த குஞ்சுகளையும் விழுங்குவதிலேயே கவனமாக இருந்தது.

என்ன பாவம்? பறவைக் குஞ்சுகளை பாம்பு விழுங்குவதைப் பார்த்தும்கூட அவற்றைக் காப்பாற்றாமல் இயல்பு நிலைக்குத் திரும்பிட்டோம்னு சாதாரணமா சொல்றேன்னு கேக்கறீங்களா?. அந்தப் பாம்பை அடித்துக் கொன்று எங்கோ புதரில் வீசி விட்டு பதறித் துடிக்கும் எஞ்சிய இரண்டு குஞ்சுகளையும் காப்பாற்ற முயற்சிப்பது என்பது பயனற்றது மட்டுமல்ல; இயற்கைக்கு விரோதமானதுமாகும்.

ஆமாங்க, இது தான் இயற்கையின் இயல்பான உணவுச்சங்கிலி. உயிரினங்களின் உணவுச் சங்கிலிப் பிணைப்பில் ஏற்படும் இதுபோன்ற நிகழ்வுகளைத் தடுப்பது இந்திய வன உயிரினச் சட்டம் 1972-ன்படி தண்டனைக் குரிய குற்றமாகும். அது மட்டுமில்லை, வனத்துக்குள்ளிருந்து உயிரற்ற பொருட்களை எடுத்தாலும் கூட அதன் இயல்பு நிலையை நாம் சிதைக்கிறோம் என்றே பொருள். அதையும் தவறே என்றே சட்டம் சொல்கிறது.

ஒருசில நேரம் நாம் பாம்பைப் பார்க்கும்பொழுது எந்த அசைவுமில்லாமல் அது படுத்திருந்தால் "இரையை விழுங்கி விட்டு வந்திருக்கும் போல என்று சொல்லுவோமே, அந்த இரை இது தான். எப்பவும் போல குஞ்சுகளை உணவாக்கிக் கொண்ட கொம்பேறிமூக்கன் பாம்பு ஓய்வெடுக்கச் சென்றது. தாய்ப் பறவைகளும் அலறலைக் குறைத்துக்கொண்டன. சிறிது நாட்களில் அவை அடுத்த இனப்பெருக்கத்துக்குத் தயாராகும். இது தான் இயற்கை. எனவே, நாமும் இயல்பாய் கடந்து செல்வது தான் இயற்கையுடன் இணைந்து வாழ்தல் என்பதாகும்.

சரி; இந்த தேன்சிட்டுக்கு லோட்டன் தேன் சிட்டு என்று எப்படி பெயர் வந்தது?

இந்தியாவின் கிழக்கே விசாகப்பட்டினத்திற்கு தெற்காகவும், மேற்கில் மும்பைக்குத் தெற்கேயும் உள்ள பகுதிகளில் தொடங்கி தென்னிந்தியா முழுவதிலும், இலங்கையின் வட மாகாணத்தைத் தவிர பிற பகுதிகளிலும் 1600லிருந்து 2100 மீட்டர் உயரம் வரை உள்ள இலையுதிர் காடுகள், பூக்கள் நிறைந்த மரங்கள், அடர்ந்த மலையடிவாரத் தோட்டங்களை வாழ்விடமாகக் கொண்டுள்ள

Joan Gidlon Loten

இந்த லோட்டன் தேன்சிட்டின் அறிவியல் பெயர்: *Cinnyris lotenius (Linnaeus, 1766).*

ஜான் கில்டன் லோட்டன் *(1710 - 1789)* என்பவர் இயற்கையில் ஏற்படும் நிகழ்வுகளில் பெரும் ஆர்வம் கொண்டிருந்தார். ஆதலால் மிக அரிதான செயல்பாடுகளையும், உயிரனங்களையும் சேகரிக்க ஆரம்பித்தார். ஒரு தனித்துவமான கலை நயமிக்க சேகரிப்பாளராக இயற்கை அவரை மாற்றியது. அவருடைய சேகரிப்பில் எண்ணற்ற பறவைகளும் அடங்கும். தான் சேகரித்த பறவைகளை பாடம் செய்து லண்டன் இயற்கை வரலாற்று அருங்காட்சியகத்திலும், பிரிட்டிஷ் நூலகத்திலும், ஹார்லெ நகரில் உள்ள டெய்லர்ஷ் அருங்காட்சியகத்திலும் சேமித்து வைத்துள்ளார். தான் கவனித்த இயற்கை பற்றிய தகவல்களை இயற்கை வரலாற்று ஆங்கில புத்தகங்களில் எழுதி வெளியிட்டுள்ளார்.

அவருடைய பேருழைப்பில் விளைந்த தகவல்களும், மாதிரிகளும்தான் இப்போதுவரை என்னைப் போன்ற நூற்றுக்கணக்கான இளம் ஆராய்ச்சியாளர்களுக்குப் பயன்படும் தரவுகளாக உள்ளன. எனவே இவருக்கு மரியாதை செலுத்தும் வகையில் கார்ல் லின்னேயஸ் என்பவர் லோட்டன் சேகரித்து வைத்திருந்த தேன் சிட்டுவுக்கு லோட்டன் என்று பெயர் சூட்டியிருக்கிறார்.

இனி தேன் சிட்டைப் பார்க்கும் போது ஜான் கில்டன் லோட்டன் என்ற ஆராய்ச்சியாளர் உங்கள் ஞாபகத்துக்கு வருவாரில்லையா அதுவே அவரது பேருழைப்பிற்கான மரியாதை!.

2

பச்சைக்கிளி

பச்சைக்கிளி நம் அனைவருக்கும் நன்கு தெரிந்த பறவைதான், இருப்பினும் இங்கு நான் சொல்ல விளைவது பெரும்பான்மையோருக்கு அதிர்ச்சியளிக்கும். நாம் அனைவரும் *parrot* என்று ஆங்கிலத்தில் அறிந்த, *Parakeet* இனத்தின் ஓர் சிற்றுயிர் *Rose-ringed Parakeet*.

இந்தியா உள்ளிட்ட 35 நாடுகளில் பரவிக் காணப்படும் பச்சைக்கிளிகளை தமிழ்நாட்டில் பனை மரங்கள், விவசாய நிலங்கள், மரங்களடர்ந்த பகுதிகள், நீர்நிலைகள், பழத்தோட்டங்கள், புதர்காடுகளில் இயல்பாகப் பறந்து திரிவதைக் காணலாம்.

கோவில் கோபுரங்களிலும், சாலையோர கிளி ஜோசியரிடமும் கூண்டுக்குள்ளும் கிளிகளைப் பார்க்கலாம். கிளிகள் பார்ப்பதற்கு அழகாகக் காணப்படுவதாலும், மனிதர்கள் பேசும் சில வார்த்தைகளைத் திரும்பச் சொல்வதாலும் இதனை சிலபேர் வீட்டினுள் கூண்டுக்குள் அடைத்து வளர்த்து வருவதையும் பார்க்கிறோம்.

பறவைகளின் அலகை (மூக்கை) வைத்து அது உண்ணும் உணவுகளைக் கண்டறியலாம். அதுபோலவே பச்சைக்கிளிகளின் சிவந்த கொக்கி போன்ற அலகு பழவகைகள், விதைகள், தானியங்கள், கொட்டைகள் போன்றவற்றை உண்பதற்கு ஏற்றபடியுள்ளன. ஆக்கிரமிப்புத் தாவரங்களின் விதைகளை உண்டு அதன் பெருக்கத்தைக் கட்டுப்படுத்தும் மாபெரும் இயற்கை களைக் கொல்லியாக செயல்பட்டு வரும் இத்தகைய பச்சைக் கிளியை பொழுதுபோக்கிற்காக, சுயநலத்திற்கு பயன்படுத்துவது, பயன்படுத்தி விட்டு வேதிக் களைக் கொல்லியை பணம் கொடுத்து வாங்கி நிலத்தை மட்டுமில்லாமல் சுற்றுச்சூழலுடன் நம் உடல் நலத்துக்கும் கேடு விளைவிக்கிறோம்.

பச்சைக்கிளிகள் செப்டம்பர் முதல் டிசம்பர் மாதம் வரை இனப்பெருக்கம் செய்கின்றன. கிளிகள் தங்கள் குஞ்சுகளின்

பாதுகாப்பு கருதி உலகம் முழுக்க உயரமான மரங்களைத் தேர்வு செய்கின்றன. நம் தமிழகத்தில் பனைமரங்களை கூடு கட்டத் தேர்ந்தெடுப்பதாக ஆராய்ச்சியாளர்கள் கூறுகின்றனர். அதோடல்லாமல் அரசமரம், ஆலமரம், தென்னை, ஈச்சமரம், வாகை, இலுப்பை ஆகிய மரங்களில் உள்ள பொந்துகளையும் கூட கூடு கட்டப் பயன்படுத்துகின்றன.

மரங்கொத்திகள் பூச்சிகளைப் பிடிக்க மரத்தின் கடினமான மேற்பகுதியை அகற்றித் துளையிடுகின்றன. கிளிகள் பெரும்பாலும் இதுபோன்ற பொந்துகளையே சுத்தம் செய்து கூடமைக்கின்றன. அதோடல்லாமல் வண்டுகள் துளைக்கப்பட்ட பகுதிகளையும் கூடாக மாற்றிக் கொள்கின்றன. அவ்வாறு ஏற்படுத்தப்பட்ட பொந்துகளில் நான்கு முதல் ஆறு முட்டைகள் வரை இட்டு அடைகாத்து குஞ்சு பொரிக்கின்றன. பொரிந்த குஞ்சுகள் வளர்ந்தவுடன் பருவமழைக் காலத்தில் கூட்டிலிருந்து வெளியேறி தனியாக உணவு தேடத் தொடங்குகின்றன.

இனப்பெருக்கக் காலத்தில் முட்டைகளையும், குஞ்சுகளையும் வேட்டையாடிகளிடமிருந்தும், மனிதர்களிடமிருந்தும் காப்பாற்றுவது கிளிகளுக்குப் பெரும் போராட்டமாகவே இருக்கின்றன.

தற்போது பனை மரங்கள் அதிகளவில் அழிந்து வருவதால் கிளிகளின் வாழிடங்கள் குறைந்து வருகின்றன என்பதையும் நாம் கவனத்தில் கொள்ள வேண்டியுள்ளது. மனிதர்களின் கட்டுப்பாடற்ற நுகர்வுகளால் ஏராளமான மரங்கள் தொடர்ந்து வெட்டப்படுவதாலும், கிளிக்குஞ்சுகளை விற்பனைக்கு எடுத்துச் செல்வதாலும் கிளிகளின் எண்ணிக்கை கொஞ்சம் கொஞ்சமாக குறைந்து வருகின்றன.

விற்கப்படும் குஞ்சுகளை மக்களும் ஆசைப்பட்டு மூடநம்பிக்கையுள்ள ஜோதிடத்திற்காகவும், வீட்டில் வளர்க்கவும் அதனை விலை கொடுத்து வாங்குகின்றனர். இந்த நகர்வில் வனத்துறையிடமோ, இயற்கைப் பாதுகாப்புச் செயல்பாடுகளில் ஈடுபட்டு வரும் தன்னார்வலர்களிடமோ சிலநேரங்களில் மாட்டிக்கொள்வதும் உண்டு. பல நேரங்களில் சிறிய கூண்டுக்குள் பல பறவைகளை அடைப்பதால் அழுத்தம் காரணமாக பறவைகள் இறந்துபோக நேரிடுகின்றன. பல நேரங்களில் எங்களுடைய ஆய்வுகளுக்கே இறந்த பறவைகளையும் அனுப்பியுள்ளனர். அவ்வப்போது இதுபோன்ற செய்திகளையும் செய்தித்தாள்களில் படித்துவிட்டு நாமும் நகர்கிறோம்.

இத்தனை போராட்டங்களையும் சந்திக்கும் அந்தப் பச்சைக்கிளியின் அறிவியல் பெயர் -*Psittacula krameri (Scopoli*, 1769)

krameri - Wilhelm Heinrich Kramer (1724 – 1765)

ஜெர்மன் மருத்துவர், இயற்கை ஆர்வலர் மற்றும் பூச்சியியல் வல்லுநர். கார்ல் லின்னேயஸ் என்பவர் இருமுனை பெயரிடல் (Binomial nomenculature) முறையை 1753இல் அறிமுகப்படுத்திய பொழுது வில்ஹெல்ம் ஹென்ரிச் கிராமர் என்பவர் Collared pratincole பறவைக்கு pratincola என்று பெயரிட்டார், மேலும் கள ஆய்வுகளின் மூலம் கீழ் ஆஸ்ட்ரியா நாட்டுப் பறவைகளைப் பற்றி பல தகவல்களைப் பதிவுசெய்துள்ளார். இதனாலேயே ஸ்கோபோலி (Scopi) என்பவர் அர்ப்பணிப்பாக பச்சைக் கிளிக்கு (Psittacus krameri) கிராமேரி என்று 1769 ஆம் ஆண்டு அறிவித்திருக்கலாம்.

வன உயிரினச் சட்டம் 1972-ன் படி கிளிகளைக் கூண்டில் அடைத்தல் தண்டனைக்குரிய குற்றம், என்ற நிலையிலும் கூட இத்தகைய செயல்பாடுகள் நடைபெறுகின்றன.

இப்ப அதிர்ச்சியா இருக்கா. யார் யார் வீட்டில் வளர்க்கிறீர்கள்?

மனிதர்கள் மிகப்பெரிய விலங்கான யானையையே அடக்கி பிச்சை எடுக்க வைத்திருக்கும் நிலையில், கிளியை கூண்டில் அடைப்பது எளிதானது தானே?. இதுபோன்ற இயற்கைப் புரிதலற்ற நிலையில் தான் கண்ணுக்கே தெரியாத வைரஸ் உலகையே புரட்டிப்போட்டுக் கொண்டிருக்கிறது.

ஊரடங்கு நாட்களில் மக்கள் இயற்கையைப் புரிந்துகொண்டதாகவும், நிறைய பறவைகளைக் காணமுடிகிறது என்றும், அதனுடைக் கீச்சுக் குரல்களைக் கேட்க முடிகிறது என்றும் சிலர் கூறுகின்றனர். இயற்கையைத் தெரிந்து கொள்ள கொரானா என்ற பேரிடரும், அதனால் லட்சக்கணக்கான மக்களின் உயிரிழப்பும் தேவைப்பட்டிருக்கிறது.

ஜோதிடம் போன்ற அறிவியலுக்கு ஒவ்வாத செயல்களுக்கும், பொழுது போக்கிற்காகவும் பறவைகளையும் மற்ற உயிரினங்களையும் பயன்படுத்தப்படுவது முழுவதும் ஒழிய இன்னும் எத்தனை எத்தனை பேரிடர்களை அனுபவிக்கப் போகிறோமோ?.

கிளி கடத்தல்

ஜோதிடர்களுக்கு வேறு தொழில்களை ஏற்படுத்திக் கொடுத்து, கிளிகளை மீட்க அரசு நடவடிக்கை எடுக்கலாம். பறவைகள் சிறகு விரித்துப் பறப்பதற்கே.... கூண்டிற்குள் அடைபட்டுக் கிடப்பதற்கல்ல.

3

செட்டி கதிர்க்குருவி

கதிர்க்குருவிகளைக் கண்டாலே, பொதுவாக பறவை நோக்குபவர்களும், வன உயிரின புகைப்படக் கலைஞர்களும் அதனைக் கண்டுபிடிப்பதும், புகைப்படம் எடுத்து அடையாளப்படுத்துவதும் மிகவும் கடினமானது என்று சொல்வார்கள். அதற்குக் காரணம், அதன் சுறுசுறுப்பான இயல்பு தான். தவழ்ந்து நடை பழகிய குழந்தைகள் ஓரிடத்தில் நிற்காமல் ஓடிக்கொண்டே இருப்பது போல அங்கும் இங்கும் கதிர்க்குருவிகளும் தாவிக்கொண்டே இருக்கும். அதிலும் மனிதர்களின் நடமாட்டமோ அல்லது தான் கவனிக்கப்படுகிறோம் என்று தெரிய வந்தால் மிகத் துரிதமாக புதர்களுக்குள் சென்று மறைந்து கொள்ளும்.

செட்டி கதிர்க்குருவிகள் 13 முதல் 14 சென்டி மீட்டர் வரை வளரும். ஆண் பறவை சுமார் 15 கிராமும், பெண் பறவை 12 கிராம் எடையும் கொண்டது. இப்பறவைகள் உருண்டை வடிவ தலையைக் கொண்டிருக்கும், மற்ற கதிர்க்குருவிகளை விட இதன் வால் பகுதி நீளமாகவும் அகலமாகவும் இருக்கும். செட்டி கதிர்க்குருவியின் குரல் கடிகார ஒலி போல தனியாக டிக் டிக் என்று கேட்கும். இந்த ஒலியின் மூலமே ஆண்பறவை பெண் இனத்தைக் கவர்ந்து இனப்பெருக்கத்திற்கு இரண்டும் தயாராகின்றன. பொதுவாகவே கதிர்க்குருவிகளை அதன் ஒலியை வைத்தே அடையாளம் காண்பதே இதன் சிறப்பு எனலாம்.

செட்டிகதிர்க்குருவிகளை 1961இல் ஐரோப்பிய நாடுகளில் பறவையியலாளர்கள் பதிவு செய்துள்ளனர். இத்தாலி, துருக்கி, போன்ற நாடுகளிலும் இப்பறவை காணப்படுகிறது. ஒவ்வொரு ஆண்டும் டிசம்பர் முதல் ஏப்ரல் வரை இந்தியாவிற்கு இப்பறவைகள் வலசை வருகின்றன. இந்தியாவில் முதன் முறையாக 1968இல் இமாச்சல் பிரதேசத்தில் பார்த்து பதிவு செய்துள்ளனர். பின்பு ராஜஸ்தானில் உள்ள பரத்பூர் பகுதியில் 1971இல் ஒரே ஒரு பறவையைப் பார்த்துப் பிடித்து, தற்போது

பம்பாய் இயற்கை வரலாற்றுக் கழகத்தில் பாடம் செய்து வைத்துள்ளனர். பத்து செட்டி கதிர்க்குருவிளை ஒன்றாக 1994இல் பரத்பூரில் பார்த்துள்ளனர். ஆனால் புகைப்படம் எடுக்க முடிந்தது என்னவோ 2005இல் தான். அதன் பின் ராஜஸ்தானில் படோபால் பகுதி, ஹரியானாவில் ஹிசார் மாவட்டம் தப்ரா கால்வாய், சண்டிகர், மகாராஷ்டிரா மாநிலம் புனே மாவட்டத்தில் தானே சிற்றோடை, உத்தரபிரதேசத்தில் உள்ள ஓக்லா பறவைகள் சரணாலயம், புத்த நகர் மாவட்டம் ஆகிய பகுதிகளில் பார்த்ததாக ஆராய்ச்சியாளர்கள் பதிவுசெய்துள்ளனர்.

செட்டி கதிர் குருவியை நீண்ட நேரம் காத்திருந்து பல போராட்டங்களுக்குப் பின்பு தான் தெளிவான புகைப்படம் எடுக்க முடிந்ததாக அது பற்றி எழுதப்பட்ட ஆய்வுக்கட்டுரையில் குறிபிட்டுள்ளனர். புகைப்படங்களின் மூலம் குளம், குட்டை, ஆறுகளுக்கு அருகில் ஈரப்பதமான பகுதிகளில் வாழும் என்பதையும், அப்பகுதியில் இருக்கும் பூச்சிகளைப் பிடித்து உண்ணும் என்பதையும் சேர்த்தே தெரிந்துகொள்ள முடிகிறது.

ஒரு வருடத்திற்கு இரண்டு முறை இக் குருவிகள் இனப்பெருக்கம் செய்கின்றன. ஏப்ரல் மற்றும் சூன் மாதங்களில் அடர்ந்த

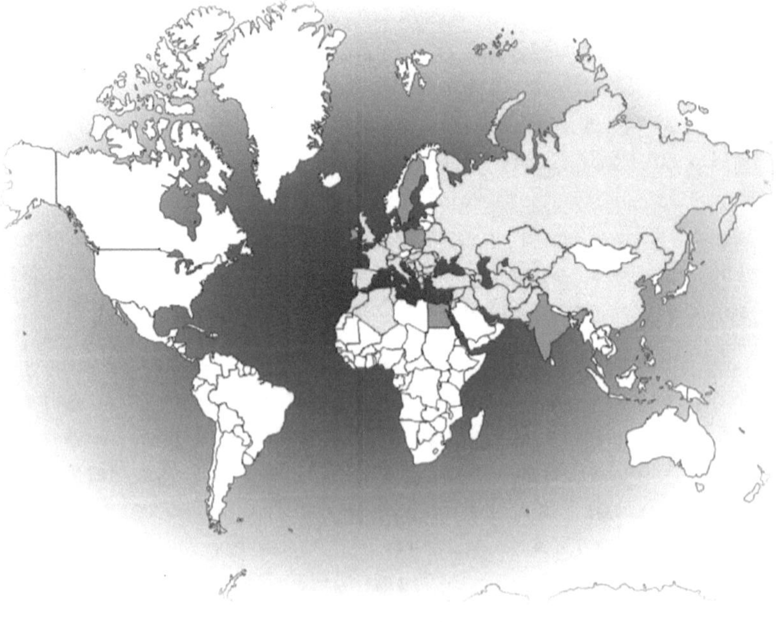

வரைபடம்

Cetti's Warbler (Cettia cetti)

இலைகளைக் கொண்டு தாவரங்களில் 30 முதல் 45 சென்டி மீட்டர் வரை குடுவை வடிவ கூட்டை பெண் பறவை மட்டுமே கட்டி முடிக்கிறது. சிவப்பு நிறத்தில் நான்கு அல்லது ஐந்து முட்டைகளையிட்டு 16 முதல் 17 நாட்கள் வரை அடைகாக்கின்றன. குஞ்சுகளுக்கு 14 முதல் 16 நாட்கள் வரை இரை ஊட்டுகிறது. அதன் பிறகு குஞ்சுகள் பறந்து சென்று தனது உணவைத் தானே தேடி உட்கொண்டு அதன் வாழ்வை வாழ ஆரம்பிக்கின்றன.

இதன் ஆங்கில பெயர் - Cetti's Warbler அறிவியல் பெயர் - Cettia cetti (Temminck, 1820)

cetti - Fr. Francesco Cetti (1726-1778)

பிரான்செஸ்கோ செட்டி என்பவர் பதினெட்டாம் நூற்றாண்டில் வாழ்ந்த இத்தாலியைச் சேர்ந்த விலங்கியலாளர் ஆவார். அவர் 1774 தொடங்கி 1777 வரை இத்தாலியிலுள்ள சசாரி என்ற நகரத்தைச் சுற்றி நீண்ட பயணம் மேற்கொண்டார். அப்போது சார்டினியா என்ற தீவில் உள்ள பறவைகள், மீன்கள், பூச்சிகள் மற்றும் புதைபடிவங்கள் ஆகியவைகளை பற்றிய இயற்கை வரலாற்றுத் தகவல்களைத் திரட்டினார். பின்னர் இதனை ஒன்றுதிரட்டி நான்கு தொகுதிகளாக புத்தகமாக வெளியிட்டுள்ளார்.

Francesco Cetti

செட்டி கதிர்க்குருவி என்று குறிப்பிடப்பட்டுள்ள இந்த இறந்த பறவையின் உடலை ஆல்பர்டோ டெல்லா மர்மோராவும் சார்டினாவிலிருந்து சேகரித்து வைத்திருந்தார். ஆனால் 1820ஆம் ஆண்டு தான் டச்சு நாட்டு விலங்கியலாளர் கோன்ராட் ஜேக்கப் டெமின்க் இதை பற்றிய தகவல்களை பதிவுசெய்து, செட்டி அவர்களுக்கு மரியாதை செலுத்தும் விதமாக அதற்கு செல்வியா செட்டி என்று பெயரையும் வைத்தார்.

அதற்குப் பின்பு 1834இல் பிரெஞ்சு பறவையியலாளர் சார்லஸ் லூசியன் போனபார்டே Cettia என்ற பேரினத்தை உருவாக்கினார். Cettia என்ற பேரினத்தில் மூன்று துணையினங்கள் உள்ளன. அவையாவன.

C. c. cetti (Temminck, 1820)

C. c. orientalis (Tristram, 1867)

C. c. albiventris (Severtsov, 1873)

இந்தப் பறவையைப் பற்றிய தகவல்கள் பெரும்பாலும் புகைப்படங்களின் மூலமே பதிவு செய்துள்ளனர். அதன் மூலம் நீர் நிலைகளை மாசு படுத்தினால் இந்த பறவைகளுக்கான வாழிடம் அழிக்கப்பட்டு உணவும் இல்லாமல் காலப்போக்கில் இப்பறவைகளும் அழிந்துவிடும் என்பதையும் சேர்த்தே பதிவு செய்துள்ளனர்.

வியட்நாம் போரை 1972இல் நிறுத்துவதற்குக் காரணமாக இருந்த புகைப்படத்தை எடுத்த நிக் உட் (*Nick Ut*) அவர்களையும், இந்தியாவில் கொரானா காலத்தில் மக்களின் அவலநிலையையும், விவசாயிகள் போராட்டத்தையும் புகைபடங்களின் மூலம் பதிவு செய்து வெளி உலகிற்குத் தெரியப்படுத்திய, சூலை 2021இல் ஆப்கானிஸ்தான் போரில் மரணமடைந்த, புகைப்பட கலைஞரும், செய்தியாளருமான டேனிஷ் சித்திகி (*Danish Siddiqui*) அவர்களையும் இந்த நேரத்தில் நான் நினைத்துப் பார்க்கிறேன்.

நண்பன் படத்தில் வரும் ஜீவா கதாபாத்திரத்தைப் போல் தற்போது வன உயிரினங்களை புகைப்படம் எடுப்பதில் பல இளைஞர்கள் ஆர்வம் காட்டி வருவது மகிழ்ச்சியே. ஆனால் விலை உயர்ந்த புகைப்படக் கருவிகளைக் கொண்டு *fashion*, *style*, *crazy* போன்ற நவீன வார்த்தைகளில் முடங்கிவிடாமல், எடுக்கும் புகைப்படங்களின் மூலம் இயற்கையைப் பாதுகாத்து அதன் மூலம் சமூக மாற்றங்களையும் ஏற்படுத்தலாம்.

4

பச்சை தாடைக் கிளி

கொரோனா பெருந்தொற்றின் காரணமாக 2020-2021ஆம் ஆண்டுகளில் ஏற்பட்ட ஊரடங்கினால் கள ஆராய்ச்சிகள் தற்காலிமாக நிறுத்தி வைக்கப்பட்டிருந்தன. இதனால் நான் எனது சொந்த ஊருக்குத் திரும்பி வந்தேன். அப்போது பக்கத்து வீட்டு அக்கா "நாங்கள் கிளி வளர்க்கிறோம், வந்து பாரேன்" என்று ஆர்வமாக என்னை அழைத்துச் சென்று கிளி அடைத்து வைக்கப்பட்டிருந்த கூண்டைக் காட்டினார்கள். ஆச்சர்யமாகவும் அதிர்ச்சியாகவும் இருந்தது.

கண்களுக்குக் கீழே தாடையில் அடர்பச்சை நிறம், மந்தமான பழுப்புநிற நெற்றி, சாம்பல் கலந்த வெள்ளை நிற கழுத்து, வயிறு மற்றும் வால் பகுதிகளில் மிதமான சிவப்பு நிறம், நீல நிற இறகுகள் இப்படி பல வண்ணங்களில் அது அழகாக இருந்தது. கூண்டில் வைத்து வளர்க்கும் love birds போன்ற சிறு பறவைகளை பார்த்துள்ளேன். ஆனால் இதுபோன்ற கிளியை முதன்முறையாக பார்ப்பதால் இதனைப் புகைப்படம் எடுத்துக்கொண்டேன். அதில் அவர்களுக்கும் மகிழ்ச்சி.

Green Cheek Conure (Pyrrhura molinae)

நான் உடனடியாகச் சென்று அந்தப் புகைப்படங்களை வைத்து பறவைகள் பற்றிய பல புத்தகங்களிலும், வலைதளங்களிலும் தேட ஆரம்பித்தேன்.

கிளியைப் பற்றி விரிவாகத் தெரிந்து கொள்வோம். இக்கிளிகளில் ஆறு வகையான துணை இனங்கள் (Sub-species) கண்டறியப்பட்டுள்ளன.

துணை இனங்கள்

1. *Pyrrhura molinae flavoptera*
2. *Pyrrhura molinae phoenicura*
3. *Pyrrhura molinae molinae*
4. *Pyrrhura molinae restricta*
5. *Pyrrhura molinae hypoxantha*
6. *Pyrrhura molinae australis*

இதன் ஆங்கிலப் பெயர் - Green-cheeked Conure என்று தெரிய வந்தது. இவை பிப்ரவரி மாதத்தில் அர்ஜென்டினாவில் இனப்பெருக்கம் செய்கின்றன. தரையிலிருந்து மூன்று மீட்டர் உயரமுள்ள மரப்பொந்துகளில் நான்கு முதல் ஆறு முட்டைகளையிட்டு 22-24 நாட்கள் அடைகாக்கின்றன.

பொதுவாகவே கிளிகள் அத்திப்பழங்களை உண்ணும் இயல்பு கொண்டவை. அதிலும் Green-cheeked Conure அனைத்து பருவ காலங்களிலுமே அத்திப் பழங்களையே அதிகம் உண்ணுவதாக ஆய்வு முடிவுகளில் கூறுகின்றனர். அத்தி மரத்தின் ஆதாரவுயிரினம் (keystone species) என்று சொல்கிறோம். அத்திமரம் ஒரு சிறிய பல்லுயிர்ச்சூழல் அமைப்பே உருவாகக் காரணமாக உள்ளது. குளவிகள், பூச்சியினங்கள், பழம் தின்னும் வெளவால்கள், பூச்சியுண்ணும் பறவைகள் போன்றவை அத்தி மரங்களைச் சார்ந்து வாழ்கின்றன. இத்தகைய சூழல் முக்கியத்துவம் வாய்ந்த அத்திமரத்தின் பெருக்கத்திற்கு இந்தக் கிளிகள் மிகப்பெரிய பங்காற்றுகின்றன.

இத்தகைய பயனுள்ள பறவையின் விலையை விசாரித்து மேலும் அதிர்ச்சிக்குள்ளானேன். நான் விசாரித்ததில் எங்கள் பகுதியில் இதன் விலை ரூபாய் பதினைந்தாயிரத்திற்கும் (₹15000/), இனப்பெருக்கம் செய்யும் நிலையில் இருக்கும் ஒரு ஜோடி கிளிகளின் விலை பதினெட்டாயிரத்திற்கும் (₹18000/-) விற்கின்றனர்.

அனைத்தையும்விட இந்தக் கிளிகளை வாங்கிய பக்கத்து வீட்டுக்கார அக்கா "என் பையன் அடம்பிடித்து வாங்கச் சொன்னான், நீ பறவைகளை பற்றி தானே ஆராய்ச்சி செய்கிறாய், அதான் உனக்குப் பிடிக்குமேன்னு கூப்பிட்டோம், மேலும் அவைகளுக்கான உணவு வாங்குவது, கைக்குழந்தை வளர்ப்பது போல மருந்துக்கடையில் செர்லாக் வாங்கி கூழ் போல் கலக்கிக் கொடுக்கிறோம்" என்று நடுத்தர குடும்பங்களில் பராமரிப்புச் செலவுகளையும் கூறி புலம்பினார்கள். அதன் பிறகு தான், இச்சமூகத்திற்கு குறிப்பாக இளைஞர்களுக்கு எப்படியாவது இயற்கை பற்றி புரியவைக்க வேண்டும் என்று ஏற்கனவே இருந்தாலும் இன்னும் வேகமாக செயல்பட வேண்டிய கட்டாயம் ஏற்பட்டுள்ளதை உணர முடிந்தது.

இந்தக் கிளி தென் அமெரிக்காவின் அர்ஜென்டினா, பொலிவியா, பிரேசில் மற்றும் பராகுவே பகுதிகளில் 2000 மீட்டர் உயரமுள்ள இலையுதிர் காடுகளில் வாழ்பவை என்பதையும் அறிந்துகொண்டேன்.

மார்ச் முதல் ஆகஸ்ட் வரையிலான குளிர்காலத்தில் இக்கிளிகள் 2000மீட்டர் உயரத்திலிருந்து கீழே இறங்குகின்றன. இந்தத் தகவல்களை படித்தவுடன் அழகு, மென்மை என்று சொல்லி பாதுகாப்பு, கவுரவம், பெருமை என்ற பெயரில் ஒரு குறிப்பிட்ட வளையத்திற்குள் அடைத்து வைத்து, சமூகம் சொல்வதை அப்படியே செயல்படுத்த வைப்பது மனித இனத்தில் உள்ள பெண்களை மட்டுமல்ல; மற்ற அழகான உயிரினங்களையும் தான் என்று தோன்றியது. அதிலும் ஓரிடவாழ்வியான வெளிநாட்டுக் கிளியை, மாறுபட்ட சுற்றுச்சூழல் காரணிகள் கொண்டுள்ள நாட்டிற்குக் கடத்தி அவற்றை விற்பனை செய்வதும், அதனை மக்கள் விலை கொடுத்து வாங்கி வளர்ப்பதும் அதிர்ச்சியாகவே இருக்கிறது. தொடர்ந்து இப்பறவை பற்றிய தரவுகளையும், ஆராய்ச்சிக் கட்டுரைகளையும் தேடினேன்.

இதன் அறிவியல் பெயர் *Pyrrhura molinae (Massena & Souance, 1854)*

Molinae - Abate Juan Ignacio Molina (1740 - 1829)

மோலினா சூன் 24ஆம் தேதி பிறந்தார். இயற்கை ஆர்வலர், வரலாற்றாசிரியர், மொழிபெயர்ப்பாளர், புவியியலாளர், தாவரவியலாளர், பறவையியலாளர் மற்றும் மொழியியலாளர். மோலினா என்றவர் டார்வினுக்கும் 44 ஆண்டுகளுக்கு முன்னரே உயிரினங்களின் படிப்படியான பரிணாமக் கோட்பாட்டின்

Fr. Juan Ignacio Molina

முன்னோடிகளில் ஒருவராகத் திகழ்ந்தவராவர். டார்வினே *molinae* அவர்களை "தி தியரி ஆஃப் ஸ்பீசீஸ்" இல் மீண்டும் மீண்டும் மேற்கோள் காட்டுகிறார் என்பது குறிப்பிடத்தக்கது. இவருக்கு மரியாதை செலுத்தும் விதமாக *Massena & Souance*, என்பவர் பச்சைக்கிளிக்கு *molinae* என பெயர் வைத்துள்ளார்.

இக்கிளியினம் எண்ணிக்கையில் குறைந்து வருவதாக பன்னாட்டு இயற்கை வள பாதுகாப்பு நிறுவனம் தெரிவிக்கிறது. இக்கிளியை அதுவும் வெளிநாட்டிலிருந்து நாம் விலை கொடுத்து வாங்குவதால் கிளியை மட்டுமல்ல; அத்தி மரம், அதைச்சார்ந்த சூழலையும் சேர்த்தே கூண்டிற்குள் அடைப்பதாகும். இது மொத்த உயிர்ச்சூழல் அழிப்பிற்கு வழிவகுக்கும்.

இவற்றை எல்லாம் கேள்விப்பட்ட உடன் எழுத்தாளர் தியோடர் பாஸ்கரன் அவர்களின் இந்திய நாயினங்களைப் பற்றி எழுதியிருக்கும் புத்தகம் நினைவுக்கு வந்தது. நாட்டு நாய்களை தெருநாய்களாக கட்டுப்பாடில்லாமல் திரியவிட்டு, வெளிநாட்டு நாய்களை வீட்டிற்குள் வாழவைப்பது போல் பறவையினங்களையும் மாற்றிவிடுவோமோ என்ற பயத்துடனே தீர்வை தேடுகிறேன்.

பறவைகள் சுதந்திரமாகப் பறந்து சூழலை வளப்படுத்தி உயிர் வாழ்வதற்குத் தானே ஒழிய மனிதர்களுடன் நேரங்களைக் கழிக்க அல்ல. நேரங்களும் பயனின்றிக் கழிப்பதற்கு அல்ல. நேரங்களை சமூகத்திற்குப் பயன்படும்படி வாழத் திட்டமிட்டுப் பயன்படுத்துவோம்.

5

பல்லாஸ் மீன் கழுகு

காலநிலை மாற்றம் பற்றி எச்சரிக்கையை நமக்கு உணர்த்த கடந்த 2021ஆம் ஆண்டு ஆகஸ்ட் மாதம் 25ஆம் தேதி புதன்கிழமை சென்னையில் ஒரு சில பகுதிகளில் நிலநடுக்கம் பதிவானது. இந்த நிலநடுக்கம் வங்காள விரிகுடா கடலில் 5.1 ரிக்டர் அளவில் 10 கிலோ மீட்டர் ஆழத்தில் உருவானதாக அமெரிக்கா நில அதிர்வுக் கண்காணிப்பு மையம் உறுதி செய்தது.

கடலில் ஏற்பட்ட நிலநடுக்கத்திற்கும் பறவைகளுக்கும் ஏதும் தொடர்பு இருக்கிறதா?

மனிதர்களாகிய நாம் தான் ஒவ்வொரு நாடுகளும் அவரவர்கள் நாடுகளில் உள்ள சட்டங்களுக்கு ஏற்றாற் போல் எல்லைகளை (Political Boundries) வகுத்துள்ளோம். ஆனால் விலங்குகள் குறிப்பாக பறவைகளுக்கு "யாதும் ஊரே யாவரும் கேளிர்" தான், தனக்கு எங்கு உணவு கிடைக்கிறதோ, இனப்பெருக்கம் செய்ய சாதகமான இயற்கை சூழல் உள்ளதோ அங்கு சென்று வாழும். அதன்படி நவம்பர் முதல் பிப்ரவரி வரை பனிப் பிரதேசங்களில் பனி சூழ்ந்து அதன் வாழ்விடம் பாதிக்கப்படுகிறது. அதே மாதங்களில் இந்தியாவில் பறவைகள் வாழத்தகுந்த காலநிலை நிலவுவதால் இங்கு இடம் பெயர்கின்றன.

அப்படி வரும் பல பறவை இனங்களில் பல்லாஸ் மீன் கழுகும், பல்லாஸ் ஆலா என இரண்டு பறவைகளும் அடங்கும். இவை இரண்டுக்கும் ஒரே அறிவியலாளரின் பெயரை ஆங்கிலப் பெயராக வைத்துள்ளனர்.

அழிந்து கொண்டிருக்கும் பல்லாஸ் மீன் கழுகு

பல்லாஸ் ஆலா தென் இந்திய பகுதிகளுக்கு வலசை வருகின்ற எண்ணிக்கையில் சீராக (Least Concern) உள்ள பறவை. ஆனால் பல்லாஸ் மீன் கழுகோ பங்களாதேஷ் பகுதிக்கு மட்டும் தான் வருகிறது, இதில் துயரமான தகவல் அருகிவிட்ட உயிரினம் (Endngered) பட்டியலில் உள்ளது, மேலும் எண்ணிக்கையில் குறைந்து வருகிறது, வரும் காலங்களில் இன்னும் அற்றுப்போகும் சூழல் நிலவுவதாக பறவை ஆராய்ச்சியாளர்கள் தெரிவித்துள்ளனர். ஆதலால் நாம் இப்போது பல்லாஸ் மீன் கழுகு பற்றியே பேசுவோம்.

பல்லாஸ் மீன் கழுகின் வலசைப் பாதையைக் கண்டறிய 2013-2014ஆம் ஆண்டுகளில் முதன் முதலில் செயற்கைக்கோள் கண்காணிப்பு முறையை பயன்படுத்தினர். அதன்படி குளிர்காலங்களில் இந்தியாவில் இனப்பெருக்கம் செய்கிறது. கோடைகாலங்களில் இமாலய பகுதிகளுக்கும் மங்கோலியா நாட்டுக்கும் செல்கிறது என தெரிய வந்தது. ஆசியாவின் பெரும் பகுதி, மேற்கு காஸ்பியன் கடல் முதல் கிழக்கு சீனா வரை பின்பு ரஷ்யாவிலிருந்து இந்தியா, மியான்மர் பகுதிகள் வரை பரவி காணப்படுகிறது.

பல்லாஸ் மீன் கழுகும் பிரம்மபுத்திரா ஆற்றங்கரை ஓரங்களை நம்பியே வருகிறது. ஆனால் சுரங்கத்தொழில், மனிதக்கழிவு நீர், பூச்சிக்கொல்லி, தொழிற்சாலைக் கழிவுகள், உலோகங்கள், உரங்கள், நகரமயமாதல் போன்ற இயற்கைக்கு மாறான மனிதத் தன்மை கொண்ட செயல்பாடுகளால் அதன் வாழ்விடங்களையும், அங்குள்ள இறால், மீன்கள், கணுக்காலிகள் போன்ற அதன் உணவுகளையும் சிதைக்கின்றோம்.

அதோடல்லாமல் இப்பறவையின் குஞ்சுகளை விற்பதற்காக இப்பகுதியில் உள்ளவர்கள் கூடுகளையும் அழிக்கின்றனர். நீர் மின் அணைகளினால் (Hydro Electric Dam) வரும் பாதரசக் கழிவுகளும் அந்த நீரில் கலந்துள்ளதாக கண்டறியப்பட்டுள்ளன. மேலும் இதைவிட அதிக எண்ணிக்கையில் உள்ள காகங்கள், செம்பருந்து போன்ற பறவைகள் இப்பறவையின் முட்டை மற்றும் குஞ்சுகளை உண்ணுகின்றன.

வங்காள விரிகுடாவும், ஆறுகளும்

ஏற்கனவே காலநிலை மாற்றத்தால் வலசைப் பறவைகளின் வருகை குறைந்திருப்பதாக பல ஆய்வுக்கட்டுரைகள் நமக்குத் தெரியப்படுத்தியுள்ளன. இருப்பினும் பிரச்சனைகளை சரி செய்யும் முன்னர் மேலும் பல பிரச்சனைகள் போட்டி போட்டுகொண்டு வருகின்றன. அதில் ஒன்று தான் காலநிலை மாற்ற எச்சரிக்கையை தொடர்ந்து ஏற்படும் நில நடுக்கம். இது போன்ற பருவ மழை

காற்று, தென்மேற்கு பருவ மழை போன்ற இயல்பான செயல்பாடுகள் கடலின் நீர் சுழற்சியை மாற்றியமைக்கும். இது கடலைச் சார்ந்துள்ள நீர்நிலைகளிலும் பல்வேறு மாற்றங்களை ஏற்படுத்துகிறது என்பது ஆராய்ச்சியாளர்களின் கருத்து.

இந்தியாவில் மொத்தம் ஐந்து முக்கிய ஆறுகளான வடக்கே பிரம்மபுத்திராவும், மத்திய இந்தியாவில், கிருஷ்ணா, கோதாவரி மற்றும் தெற்கில் காவேரியும் வங்காள விரிகுடா கடலுடன் இணைகின்றன. நான்கு மாநிலங்களிலிருந்து மேற்கு வங்கம், ஒரிசா, ஆந்திரப்பிரதேசம், தமிழ்நாடு மற்றும் பாண்டிச்சேரி பகுதிகளிலிருந்து சிறு ஆறுகளும் வங்காள விரிகுடாவில் இணைகின்றன. இந்த ஆறுகளின் நீளம் சுமார் 5,15,500 சதுர கிலோமீட்டர் கொண்டவை. வங்காள விரிகுடா கடலில் ஏற்படும் மாற்றங்களால் இந்த ஆறுகளும் மாற்றங்களுக்கு உட்படும். தற்போது ஏற்பட்டிருக்கும் நிலநடுக்கமும் பாதிப்புகளை ஏற்படுத்தலாம்.

ஐம்பது ஆண்டுகளுக்கு முன் பல்லாஸ் மீன் கழுகுகள் பதின்மூன்று மாநிலங்களில் வாழ்ந்தவை தற்போது அஸ்ஸாம், உத்ராகாண்ட், அருணாச்சல பிரதேஷ் மற்றும் காஷ்மீர் ஆகிய நான்கு மாநிலங்களில் அதுவும் சில பகுதிகளில் மட்டுமே காணப்படுகின்றன. வரலாற்றுத் தரவுகளில் 1800களில் இந்தியாவில் கடற்கரை மற்றும் குளங்களில் இப்பறவையின் கூடுகள்

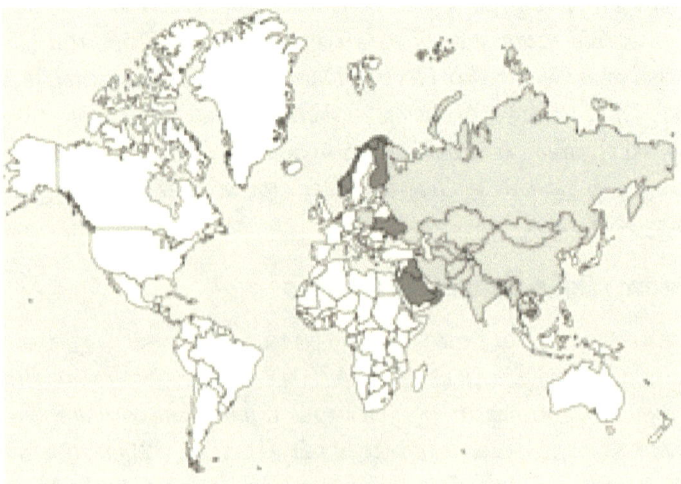

வரைபடம்

தென்பட்டன என்று குறிப்பிட்டுள்ளனர், மேலும் 5000 மீட்டர் உயரம் வரை உள்ள மலைப்பகுதிகளான ஹிமாலய, நேபால், பூட்டான் போன்ற இடங்களிலும் இதனைக் கண்டுள்ளனர்.

இதன் அறிவியல் பெயர் *Haliaeetus leucoryphus (Pallas, 1771)*, ஆனால் இதன் ஆங்கிலப் பெயரில் மட்டுமே பல்லாஸ் என்பவரான Peter Simon Pallas 1741-1811 பெயரில் அழைக்கிறோம்.

பீட்டர் சைமன் பல்லாஸ்; தாவரவியலாளர் மற்றும் விலங்கியலாளர், ஜெர்மனியில் பிறந்தவர். பள்ளிக்கல்வி கற்காமல் தனியார் ஆசிரியர்களிடம் கற்றார். பின்பு இயற்கை வரலாறு மீதான ஆர்வம் அவருக்கு ஏட்பட்டது. இவர் 1766இல் டச்சு அருங்காட்சியகத்தில் இருந்த பாடம் செய்த முதுகெலும்புள்ள பீட்டர்ஸ் விலங்குகளைப் பற்றி புதிய தகவல்களை கண்டறிந்தார். பல்லாஸ் ருசியாவில் உள்ள செயின்ட் பீடெஸ்பேர்க் அறிவியல் அகாடமியில் 1768 முதல் 1774 வரை பேராசிரியராகப் பணியாற்றினார். மத்திய ருஷ்யாவிற்குப் பயணம் மேற்கொண்டு இயற்கை மாதிரிகளை சேகரித்து வந்தார். காஸ்பியன் கடல், அல்டை மலை போன்ற பல பகுதிகளில் ஆய்வு செய்து கிடைத்த தகவல்களை அகாடமி மூலம் அவ்வப்போதே அறிக்கைகளாக வெளியிட்டார்.

இவர் தாவரங்கள், விலங்குகள் மட்டுமல்லாது புவியியல், கனிமவியல், பூர்வீகமக்கள், மதம், வாழக்கை முறை என

Palla's Fish Eagle (Haliaeetus leucoryphus)

Peter Simon Pallas

பெரும்பாலான தகவல்களைப் பதிவு செய்தார். அப்பொழுது கிராஸ்நோயார்ஸ்க் என்ற இடத்தில 1772இல் வித்தியாசமான ஒரு பொருளை பார்த்தார், அதன் எடை 680 கிலோ. உடனே செயின்ட் பீட்டர்ஸ் பர்க் அகாடமிக்கு அனுப்பி வைத்தார். பின்பு அது விண்கல் என்பது கண்டறியப்பட்டது. அந்த விண்கல்லை இன்றும் பல்லசைட் (Pallasite) என்று இவருடைய பெயரில் நாம் அழைக்கிறோம்.

ராயல் ஸ்வீடிஷ் அறிவியல் அகாடமியில் வெளிநாட்டு உறுப்பினராக 1776ஆம் ஆண்டு தேர்ந்தெடுக்கப்பட்டார். பிறகு அமெரிக்கன் தத்துவ அகாடமியில் உறுப்பினராக 1791இல் தேர்ந்தெடுக்கப்பட்டார். திரும்பவும் 1793 முதல் 1794 வரை தெற்கு ரஷ்யப் பகுதிகளுக்குச் செல்லத் திட்டமிட்டார். இம்முறை அவருடைய மகளையும் உடன் அழைத்துச் சென்றார்.

பல்லி, பாம்பு, பூனை, வெளவால், நீர்க்காகம், கௌதாரி, ரோஸ்பின்ச், கதிர்க்குருவி, ஆகியவற்றிற்கு பல்லாஸ் என்று இவருடைய பெயரையே பொதுப் பெயராக பயன்படுத்தி வருகிறோம். அறிவியல் பெயராக ஆமை, எலி, செந்தலையன் மற்றும் மீன் ஆகியவற்றுக்குப் பயன்படுத்துகிறோம். மேலும் ஒரு சிறு கோளுக்கு (asteroid) 21087 Petsim pallas என்று இவருடைய பெயரை வைத்துள்ளது குறிப்பிடத்தக்கது.

இப்பறவை ஏற்கனவே அழியும் நிலையில் (Endangered) உள்ள சூழலில் இவை பற்றிய ஆய்வுக்காக பயணம் செய்த ஆராய்ச்சியாளர்

ஆங்கிலத்தில் வருத்தங்களுடன் பதிவு செய்த வரிகளை தமிழில் இங்கு குறிப்பிடுகிறேன் "அதன் வாழ்விடங்கள் சிதைந்து காணப்படுகிறது, சிதைக்கப்பட்டும் வருகிறது. இனிமேலும் சதுப்புநிலங்களைத் தனிமைப்படுத்திப் பாதுகாக்காவிட்டால் இப்பறவை இனம் முடிவுக்கு வரும்" என்று வேதனையை எச்சரிக்கையாக வெளிப்படுத்தியுள்ளார்.

அதே நேரத்தில் பங்களாதேஷ் ராப்டார் ஆராய்ச்சி மற்றும் பாதுகாப்பு முன்முயற்சித் திட்டத்தின் மூலம் அறிவியல் அடிப்படையிலான பாதுகாப்பு நடவடிக்கைகளை அறிமுகப்படுத்தி செயல்பட்டு வருவதால் மீட்டுவிடுவோம் என்ற நம்பிக்கையும் உள்ளது.

6

ரிச்சார்டு நெட்டைக்காலி

நெட்டைக்காலி என்ற பெயரைப் பார்த்தவுடன் கணித்திருப்பீர்கள். ஆம்! இப்பறவை இனங்களுக்கு நெட்டையான கால்கள் உள்ளன. இவை மஞ்சள் பழுப்புநிறம் கலந்த நீண்ட கால்கள், தெளிவான புருவக்கோடு குறிப்பாக, கண்ணிற்குப் பின்புறம், பூங்குருவியைப் போன்ற தோற்றம்; நன்கு தெரியும் கோடுகளுடைய மேல் பாகங்கள் மற்றும் மார்பு, பருத்த நீளமான அலகு, நீளமான பின்புறம் மற்றும் வளைந்த நகம். நெட்டைக்காலிகளில் மிகப்பெரியது ரிச்சார்டு நெட்டைக்காலி 17 - 20 சென்டி மீட்டர் நீளமும் 25 - 36 கிராம் எடையும் கொண்டவை.

சைபீரியா, மங்கோலியா மற்றும் சீனா ஆகிய நாடுகளில் இப்பறவைகள் வாழ்கின்றன. அங்கிருந்து குளிர்காலங்களில் தென் மேற்கு ஆசியாவிற்கும், இந்தியாவிற்கும் வலசையாக வருகின்றன. செப்டம்பர் முதல் ஜூன் வரையிலும் தமிழ்நாட்டிற்குள் வலசை வருவதாக தரவுகள் கூறுகின்றன.

Image Richard's Pipit (Anthus richardi)

வயல்கள், ஈர நிலங்கள், புல்வெளிகள், ஏரிகளை ஒட்டிய கரைப்பகுதிகளில் வாழும் பூச்சி வகைகளையே இவை பெரும்பாலும் விரும்பி உண்ணுகின்றன. சில நேரங்களில் சிலந்திகளையும், வண்டுகள், எறும்புகள், பட்டாம்பூச்சிகள் போன்றவற்றை இவை உண்ணும்.

இனப்பெருக்கத்திற்காக மே முதல் செப்டம்பர் மாதம் வரை இலையுதிர் காலத்தில் இப்பறவைகள் சைபீரியாவை நோக்கிச் செல்கின்றன. மூன்று அல்லது நான்கு முட்டைகள் வரை இடுகின்றன. ஆண் பெண் இரண்டுமே அடைகாக்கும்.

இப்பறவையின் பொதுப் பெயர் - *Richard's pipit*; அறிவியல் பெயர் - *Anthus richardi (Vieillot, 1818)*.

Richardi - Monsieur Richard (1745–1835)

மான்சியர் ரிச்சார்டு என்பவர் தபால்துறையில் நிர்வாகக்குழு தலைவராக பணியாற்றிக் கொண்டிருந்தார். பணியில் உள்ள போதே பூச்சிகள் மற்றும் பறவைகள் போன்றவற்றைச் சேகரித்தார். இதில் உள்ளூர் மற்றும் வலசைப் பறவைகளும் அடங்கும்.

ரிச்சார்டு சேகரித்த பறவைகளை ஃபிரான்சில் உள்ள La Cha'tre அலுவலகத்தில் பைலன் சேகரிப்பு அரங்கில் வைத்துள்ளார். பாடம் செய்து வைத்த பறவைகளில் சில 1800ஆம் ஆண்டு சிதைந்து போயின. அதில் நெட்டைக்காலியும் அடங்கும். இதற்கு பின்னர் arsenical soap-பை பயன்படுத்திப் பதப்படுத்தும் முறையைத் தொடர்ந்தார்.

மீதமிருந்த பறவைகளில் மான்சியர் ரிச்சார்டு அவர்களின் பெயர்கள் எழுதப்பட்டிருந்தன. அருங்காட்சியகங்களிலிருந்து 1815ஆம் ஆண்டு சேகரித்த தகவல்களின் அடிப்படையில் நெட்டைக்காலிக்கு Anthus richardi என லூயிஸ் வில்லட் (Louis Vieillot) என்பவர் 1818ஆம் ஆண்டில் பெயரிட்டார், மீண்டும் 1849இல் நடந்த தீ விபத்தில் மேலும் சில பறவைகள் எரிந்து போயின. இதுபோன்ற பல விபத்துகளினால் இன்னும் எத்தனை எத்தனை இயற்கை வரலாற்றுத் தரவுகளை இழந்துள்ளோமோ என்று நினைத்து பார்க்கையில் வருத்தமாகவே உள்ளது.

7

காட்டுக்கோழி

கொரோனா காலம் ரொம்பவே கொடூரமாகத்தான் இருந்தது. அலுவலகங்கள் இல்லை, பள்ளி, கல்லூரிகள் இல்லை, நண்பர்கள், உறவினர்கள் சந்திப்புகள் இல்லை... இப்படி பல 'இல்லை' களுடன் கொரானாவோடு வாழப் பழகியிருந்தாலும் அதை மட்டும் அவர்களால் ஏற்றுக்கொள்ள முடியவில்லை. புரியவில்லையா? சிக்கனையும் சிக்கன் பிரியர்களையும் தான் கூறுகிறேன். கறிக்கடைகளின் திறப்பிற்குப் பிறகு கூடிய கூட்டமே இதற்குச் சாட்சி. குறிப்பாக அசைவ உணவுகளின் பட்டியலில் சிக்கனுக்கு என்றுமே டாப் ரேங்க் தான். அதிலும் கொரானாவிற்குப் பிறகு 'சிக்கனை விட நாட்டுக்கோழி சாப்பிடுங்க அதான் உடம்புக்கு நல்லது' என்பது போன்ற குரல்கள் வலுப்பெறத் துவங்கியுள்ளன. இப்படி மனிதர்களின் பல பயன்பாடுகளுக்காக வளர்க்கப்படும் நாட்டுக்கோழி முதல் செல்லப்பிராணிகளாக வளர்க்கப்படும் யானை வரை மனிதரோடு நெருங்கி வாழும் உயிரினங்கள் அனைத்தும் ஒரு காலத்தில் காட்டுயிர்களாகவே இருந்துள்ளன.

மெதுவாக அதன் பயன்பாடுகளைத் தெரிந்து கொண்டோ அல்லது ஏதோ ஒரு சூழலில் ஏதேச்சையாக நடந்ததை கவனித்தோ இந்த உயிரினங்கள் மனிதர்களின் கட்டுப்பாட்டிற்குள்

Grey Junglefowl-Male

Grey Junglefowl-Female

வந்திருக்கலாம். கிழக்கு ஆசியா பகுதிகளில் வசித்தவர்கள் மூங்கிலிலிருந்து வரும் அரிசியைக் கவனித்து அதை உணவாகப் பயன்படுத்த ஆரம்பித்தனர். சிவப்பு காட்டுக்கோழியும் அதே மூங்கில் உள்ள வாழ்விடங்களில் தான் வாழ்ந்து வந்தது. இதைக் கவனித்த மக்கள் உணவுக்காக இதனைப் பயன்படுத்த ஆரம்பித்தனர். இதனைப் பிடித்து சொந்தமாக தனிப்பட்ட முறையில் வளர்க்கும் பொழுது இதன் முட்டைகளையும் உண்ண ஆரம்பித்தனர். காட்டுக்கோழியின் ஆங்கிலப்பெயர் - Grey Junglefowl.

காட்டுக்கோழியும், சிவப்புக் கோழியான நாம் வளர்க்கும் வீட்டுக்கோழியும் 2.6 மில்லியன் வருடங்களுக்கு முன்னதாக தனித்தனி இனங்களாகப் பிரிந்திருக்கலாம் என்று ஆராய்ச்சியாளர்கள் கருதுகின்றனர். திறந்தவெளிகள், புல்வெளியற்ற அடர்ந்த காட்டுப்பகுதிகளில் இக்கோழிகள் வாழ்வதால், இதனை காட்டுக்கோழிகள் என அழைத்திருக்கலாம்.

இந்தக் கோழிகள் பிப்ரவரி மாதம் முதல் மே மாதம் வரை முட்டையிடும். நான்கு முதல் ஏழு முட்டைகளையிட்டு அடைகாக்கும். குஞ்சுகள் 20 முதல் 21 நாட்களுக்குள் பொரிந்து வெளிவரும். இதனைப் பெண் கோழிகள் பராமரிக்கும். சேவல்கள் பொதுவாக 860 முதல் 1,250 கிராம் வரையிலும், பெண் கோழிகள் 560 - 620 கிராம் எடை வரையிலும் வளரக்கூடியவை. இவை ஐந்து ஆண்டுகள் வரை உயிர் வாழக்கூடியவை.

இக்கோழி பெரும்பாலும் தரைப்பகுதியில் தங்களது நேரத்தைக் கழித்தாலும் வேட்டையாடிகளிடமிருந்து தப்புவதற்காக மரங்களின் மேல் பறந்து தாவக்கூடிய தன்மையுடையவை. இவை விதைகளையும், பூச்சிகளையும் உணவாக உட்கொள்கின்றன. காட்டுக்கோழிகள் காடுகளில் விதை பரவலுக்கும் முளைப்புக்கும், பெருமளவில் உதவுகின்றன.

பியெர்ரே சொனெரேட் நினைவாக இப்பெயரில் அழைக்கப்படுகிறது. பிரெஞ்சு இயற்கையாளர், களப்பணியாளர், எழுத்தாளர். அவர் காலனி ஆதிக்கத்தின் பொழுது நிர்வாகியாக இருந்தார். பாண்டிச்சேரி, தற்போது ஆந்திர பிரதேச பகுதியில் உள்ள யாணம் ஆகிய இடங்களில் 1774 முதல் 1781 வரை பணியாற்றியுள்ளார். பாண்டிச்சேரியில் மட்டும் 1786 முதல் 1813 வரை பணியமர்த்தப்பட்ட இவர் 1813இல் ஐரோப்பாவில் தன் சொந்த நாட்டிற்குத் திரும்பினார்

Pierre Sonnerat

(பறவையை பார்த்து படம் வரைந்து கொண்டிருப்பவர்)

இதன் அறிவியல் பெயர் - Gallus sonneratii (Temminck, 1813)

Sonneratii - Pierre Sonnerat (1748–1814)

பியெர்ரே சொனெரேட்

சீனாவில் உள்ள விளச்சி என்ற மரத்தைப் பற்றி முதன் முதலில் முழு விவரங்களையும் நமக்கு அளித்துள்ளார். Crocidura (or Diplomesodon) என்ற தாவர வகையில் உள்ள பேரினம், இவருடைய ஆய்வுக்கட்டுரை மூலமாக வைத்தே வரையறுக்கப்பட்டுள்ளது.

இரண்டு தொகுதிகள் கொண்ட புத்தகங்களை இவர் வெளியிட்டார். அதில் முதல் தொகுதியில் இந்தியாவைப் பற்றியும், இரண்டாம் தொகுதியில் சீனா, பர்மா, மடகாஸ்கர், மாலதீவுகள், இலங்கை, இந்தோனேசியா மற்றும் பிலிப்பைன்ஸ் ஆகிய பகுதிகளை பற்றியும் எழுதி வெளியிட்டுள்ளார். இந்தப் புத்தகத்தில் உள்ள ஓவியங்களை இவரே வரைந்துள்ளார் என்பது குறிபிடத்தக்கது. இவர் தாவரவியலாளரான பியெர்ரே பொய்வ்ரே (Pierre Poivre) என்பவரின் மருமகன் என்பது கூடுதல் தகவலாகும்.

இவர் பல்வேறு தாவரங்கள், விலங்குகள் பற்றிய குறிப்புகளை நமக்குக் கொடுத்துள்ளார். ஆதலால் தாவர இனங்களில் பேரினமாகவே இவருடைய பெயரைப் பயன்படுத்தி வருகின்றனர்.

காட்டுக்கோழிகள் எப்போதும் இடம் பெயர்வதில்லை. பன்னாட்டு இயற்கைப் பாதுகாப்பு அமைப்பு 2012ஆம் ஆண்டு வரை நடத்திய ஆய்வின்படி முன்பு இருந்த காட்டுக் கோழிகள் தற்போது எண்ணிக்கையில் வேகமாக குறைந்து வருவதாகவும், இப்பறவையினம் அழியும் நிலையில் (Endangered) உள்ளதாகவும் கூறியுள்ளனர். இதற்குக் காரணம், காட்டுப்பகுதியில் ஏற்பட்டு வரும் ஆக்கிரமிப்புகளும் காடழிப்புமாக இருக்கலாம்.

8

பூனைப் பருந்து

கொரோனா வைரசின் தாக்கம் முடிவுக்கு வருவதற்குள் பல இயற்கை மாற்றங்கள் நடந்து கொண்டே இருக்கின்றன. சூர்யா நடித்த காப்பான் திரைப்படம் விவசாய நிலங்கள், மனிதர்கள் என அனைவரின் உயிர்களும் லோக்கஸ்ட் (Locust) வெட்டுக்கிளியின் பெரும் படைக்கு பலியாவது போல் காட்டியிருப்பார்கள். அதேபோல் சமீபத்தில் வெளிவந்த ஜுராசிக் வேர்ல்டு என்ற ஆங்கிலப் படத்தில் வெட்டுக்கிளி அபாயத்தைக் காட்சிப்படுத்தி இருப்பார்கள்.

சினிமாவில் மட்டுமே நாம் பார்த்த வெட்டுக்கிளி படையெடுப்பு தமிழ் நாட்டில் கிருஷ்ணகிரி மாவட்டத்தில் முதன் முறையாக கடந்த 2020ஆம் வருடம் மே மாதம் படை எடுத்து வந்து விவசாய நிலங்களை ஆக்கிரமித்தது. இந்த வெட்டுக்கிளிகள் லோக்கஸ்ட் வெட்டுக்கிளிகளிடமிருந்து வேறுபடுகின்றன என்று அதிகாரிகள் சொன்னாலும், இந்த வெட்டுக்கிளிகளும் நிலங்களில் உள்ள பயிரை சேதம் விளைவிக்கவே செய்கின்றன.

பத்தொன்பதாம் நூற்றாண்டில் கிழக்கு ஆப்பிரிக்காவில் ஒரு வகை வெட்டுக்கிளியினால் மனிதர்களுக்கு கொள்ளை நோய் பரவியுள்ளது. மேலும் கூட்டங் கூட்டமாகப் பரவி விவசாய நிலங்களில் விளைவித்த தானியங்களை முழுமையாக தின்று தீர்த்தது. இதனை "பெருந்திரளாக கரு மேகம் சூழ்ந்தது போல" அந்நாட்டு மக்கள் பயத்தை வெளிப்படுத்தினர்.

ஆய்வாளர்கள் இந்த வெட்டுக்களியைக் கட்டுப்படுத்த இயற்கையான வழிமுறைகள், ரசாயன பூச்சிக்கொல்லி என பல்வேறு வழிமுறைகளை கண்டறிந்தனர். மேலும் வெட்டுக்கிளிகளை உணவாகவும் உட்கொண்டனர். இறுதியாக 1950இல் organochloride dieldrin ரசாயன பூச்சிக்கொல்லி தெளித்து ஓரளவு கட்டுப்பாட்டிற்குள் கொண்டு வந்தனர். சில நாட்களில் இந்த ரசாயனப் பூச்சிக்கொல்லியும் உணவுச்சங்கிலியில் மிகப்பெரிய பாதிப்பை ஏற்படுத்துவதாக தடை செய்தனர்.

இதேபோல் சமீப காலங்களில் குழந்தைகள் மலேரியா காய்ச்சலினால் அதிகமாக பாதிக்கப்படுவதைப் பார்க்க முடிகிறது. மலேரியா காய்ச்சல் கொசுக்களால் பரவுகிறது. கொசுக்களைக் கொல்லத்தான் தெருக்களில், சாக்கடைகளில் அரசே மருந்து அடிக்கிறதே... இருப்பினும் கொசுத்தொல்லை அதிகரித்துக்கொண்டே தானே இருக்கிறது என்று யோசிக்கலாம்.

கொசுக்களினால் மலேரியா பரவிய பொழுது டிடிட (*Dichloro Diphenyl Trichloroethane -DDT*) என்ற பூச்சிக்கொல்லி மருந்தை தயாரித்து தெளிக்கப்பட்டது. இம்மருந்து கொசுக்களை மட்டுமில்லை; அப்பகுதியில் இருந்த மற்ற உயிரினங்களையும் கொன்றது. இதில் கவனிக்க வேண்டியது, கொசுக்கள் டி டி ட க்கு எதிராக தன்னைத் தகவமைத்துக் கொண்டன. தற்போது நமது வீடுகளுக்கு அருகில் தெளிக்கும் டிடிட யினால் கொசு முட்டைகளை உண்ணக் கூடிய தவளைகள் தான் அழிகின்றன, கொசுக்கள் அதிகரிக்கின்றன.

அந்த வகையில் தற்போது லோக்கஸ்ட் வெட்டுக்கிளியின் எண்ணிக்கையும் பல்கிப் பெருகி விவசாயப் பயிர்கள் அனைத்தையும் அழித்தன. ஏன்? எப்படி? என்பதையும் இந்த வெட்டுக்கிளியை வேட்டையாடும் பறவையான மாண்டகு பூனைப் பருந்து பற்றியும் நாம் ஓரளவு அறிந்துகொள்ள முயல்வோம்.

அமேசான் கிண்டில் தளத்தில் "2021ஆம் ஆண்டு ஜூலை மாதம் ஆங்கிலத்தில் ஒரு பூனைப்பருந்து பற்றிய புத்தகம் வெளியானது. அதில் விவசாயம் மற்றும் இயற்கையை சமநிலையில் வைத்து கொள்ள மாண்டகுவின் பூனைப்பருந்து எந்தளவிற்கு பங்காற்றுகின்றது என்பது பற்றிய உண்மைச் சம்பவத்துடன் எழுதியிருக்கிறார் சூழலியல் எழுத்தாளர் மற்றும் பத்திரிகையாளருமான எல்விரா வெர்க்மேன்.

அவரது முந்தைய வெளியீடுகளில் பறவைகள், நகர்ப்புற இயல்பு மற்றும் கலாச்சார வரலாறு பற்றிய புத்தகங்கள் அடங்கும். அவர் வயல்களாலும் இயற்கையாலும் சூழப்பட்ட நெதர்லாந்தில் வசித்து வருவதே இயற்கையின் மீதான அன்பை அதிகப்படுத்தி இத்தகைய படைப்புகளை எழுதியிருக்கிறார். அவர் புத்தகம் எழுதும் அளவிற்கு அப்படி என்ன அந்தப் பறவைகள் முக்கியத்துவம் வாய்ந்தவை என்றால்?

உலகம் முழுவதும் சுமார் 16 வகையான ஹாரியர் பறவை இனங்கள் உள்ளன. அவற்றில் மாண்டகு ஹாரியர், பேல்லிட் ஹாரியர், யுரேசியன் மார்ஷ் ஹாரியர் உள்ளிட்ட ஐந்து வகையான பறவை இனங்கள் இந்தியாவிற்கு வலசை வந்து செல்லும் வழக்கத்தைக் கொண்டிருக்கின்றன. குறிப்பாக மாண்டகுவின் பூனைப்பருந்து ஐரோப்பா, ரஷ்யா, தென் சீனா போன்ற பகுதிகளிலிருந்து குளிர்காலத்தில் ஆப்பிரிக்கா, இந்தியா போன்ற இடங்களுக்கு வலசை வருகின்றன."

புதர் நிலங்கள், மணற்குன்று, தரிசுநிலம், பொட்டல்காடுகள் போன்ற இடங்களில் இவை வாழ்கின்றன. இந்தியாவில் ராஜஸ்தானில் உள்ள தால் சப்பார் சரணாலயம் (*Tal Chhapar Sanctuary*), குஜராத்தில் உள்ள வேலவதார் தேசியப் பூங்கா (*Velavadar National Park*), லிட்டில் ரான் ஆஃப் கட்ச் (*Run of Kutch*), ஆந்திராவில் ரோல்லபடு சரணாலயம் (*Rollapadu Wildlife Sanctuary*) போன்ற பகுதிகளில் இவற்றைக் காணலாம். தமிழ்நாட்டில் ஊட்டி, மேட்டுப்பாளையம், கோயமுத்தூர், அன்னூர், சத்தியமங்கலம், தர்மபுரி மற்றும் கிருஷ்ணகிரி பகுதிகளில் காணலாம்.

இவை சிறு சிறு பறவைகள், வெட்டுக் கிளிகள், பூச்சிகள், எலிகள், பாம்புகள் ஆகியவற்றை உணவாக உட்கொள்கின்றன. மிக முக்கியமாக இனப்பெருக்கக் காலங்களில் அதன் குஞ்சுகளுக்கு உணவு தருவதற்காகவே நீர்நிலைகளுக்கு அருகிலும், விவசாய

Montagu's Harrier (Circus pygargus)

நிலங்களிலும் கூடு கட்டுகின்றன. வருடத்தில் ஒரு முறை மட்டுமே இவை இனப்பெருக்கம் செய்கின்றன.

மேலும் வலசை பாதையில் ஆப்பிரிக்காவை இவை கடக்கின்றன. இதன் முக்கிய உணவான லோக்கஸ்ட் வெட்டுக்கிளியின் வலசை பாதையும் அதே வழி தான் என்பதால் மிக மகிழ்ச்சியாக வேட்டையாடின, ஆனால் இப்பொழுது நிலைமை முற்றிலும் வேறு. விவசாயப் பயன்பாட்டுக்கான ரசாயன உரங்கள் மற்றும் பூச்சிக் கொல்லியினால் எலிகள், பாம்புகள், பூச்சிகள் குறைந்து விட்டன. ஹாரியர் பறவைகளின் எண்ணிக்கையும் குறைந்து கொண்டே வருகின்றன.

பூனைப்பருந்தின் அறிவியல் பெயர் Circus pygargus (Linnaeus, 1758). ஆங்கிலப்பெயர் Montagu's Harrier.

George Montagu- (1753 –1815)

மாண்டகு என்பது பிரிட்டிஷ் இயற்கை ஆர்வலர் ஜார்ஜ் மாண்டகு என்பவரின் நினைவாக வைத்துள்ளனர். முதன் முதலாக பிரிட்டனில் உள்ள பறவைகளை இவர் தெளிவாக வரையறை செய்தார். ஆதலால் 1802இல் வெளியிடப்பட்ட பறவையியல் அகராதியின் முன்னோடியாக இவர் திகழ்கிறார். இவரது ஆய்வின் விளைவாக தெற்கு இங்கிலாந்தில் பூனைப்பருந்து இனப்பெருக்கம் செய்வது கண்டறியப்பட்டது.

கடற்படைத் தளபதியாகப் பணியாற்றியதாலேயே இவருக்கு கடல் மற்றும் நன்னீர் உயிரினங்களின் மீது ஆர்வம் அதிகரித்தது, அவைகளைப் பற்றி ஆய்வு செய்து, 1803இல் பிரிட்டிஷ் கடல், நிலம் மற்றும் நன்னீர் நண்டுகளின் வரலாறு என்ற புத்தகத்தை வெளியிட்டார். இவருடைய களப்பணியின் போது கண்டுபிடித்த

George Montagu

புதிய இன கணுக்காலியை பிரிட்டிஷ் அருங்காட்சியகத்தில் வைத்துள்ளனர். மேலும் ஒரு வௌவால் பற்றிய குறிப்புகளையும் இவர் கொடுத்துள்ளார். இவர் சேகரித்த 200க்கும் மேட்பட்ட பறவைகளை இங்கிலாந்தின் ட்ரிங் நகரில் உள்ள இயற்கை வரலாறு அருங்காட்சியகத்தில் வைத்துள்ளனர். இவர் ஜூன் 20ஆம் தேதி இறந்தார். இவருடைய பெயரை இந்தப் பறவைக்கு மரியாதை நிமித்தமாக வைத்துள்ளனர்.

ஒரு பறவை இனத்தின் எண்ணிக்கை குறைந்தால் அது நேரடியாக மக்களைப் பாதிப்பதை உணர சில காலங்கள் ஆகலாம். எந்தப் பறவையினம் குறைகிறதோ, அப்போது அதனுடைய உணவாக இருந்த பூச்சிகள் பல்கிப் பெருக ஆரம்பிக்கும். பூச்சிகளின் உணவாக பெரும்பாலும் நாம் விளைவிக்கும் தானியங்களும் பாதிப்புக்குள்ளாவதால், உணவுச்சங்கிலியில் மாற்றம் ஏற்படும். ரியல் எஸ்டேட் பிசினஸ் தான் தற்போதயை ட்ரெண்டிங். எங்கு பார்த்தாலும் நிலம் விற்பனைக்கு (Site for sale) என்று கைபேசி எண்ணுடன் பதாகைகள் வைத்துள்ளனர். அதில் பெரும்பாலான இடங்கள் விவசாய நிலங்கள் தான். நகரமயமாக்கல் இங்கு தான் துவங்குகிறது. இதன் விளைவாக உற்பத்தி குறைந்து விவசாயிகளும் பாதிப்புக்குள்ளாகின்றனர்.

வெட்டுக்கிளிகளின் தாக்குதலால் மக்களிடம் வறுமை தாண்டவமாடுகிறது என பதிவு செய்யப்பட்ட இந்நிகழ்வுகளை திரைப்படம் மூலம் கடைக்கோடி மக்களுக்கு கொண்டு செல்வது மகிழ்ச்சி. ஆனால் திரைப்படமாக மட்டும் பார்த்துவிட்டுக் கடந்து போகாமல் பிரச்சனைகளுக்கு தகுந்தாற் போல் சிந்தித்து தீர்வுகளை செயல்படுத்தி அடுத்தடுத்து வரும் இயற்கை மாற்றங்களுக்கு ஏற்ப நாமும் மாற்றங்களை செயல்படுத்துவதே (Update) அறிவுபூர்வமானது.

9

உப்புக்கொத்தி

நம்மில் சிலர் பயணங்களை கல்வி, வேலை, பொழுது போக்கு போன்ற காரணங்களுக்காக நீண்ட தூரம் பயணம் செய்வோம். உதாரணமாக சம தளத்தில் வாழும் பறவைகள் இனப்பெருக்கம் மற்றும் காலநிலைகளுக்காக இடம்பெயர்கின்றன. அப்படி இந்தியாவிற்கு வரும் இக்குறிப்பிட்ட இனமான உப்புகொத்தியின் வலசைப் பாதையைப் பார்க்கும் பொழுது மிகவும் சுவாரசியமாகவே இருக்கிறது. நம்மைப் போன்று நேரம், பணம், வாகனம் போன்ற கட்டுப்பாடுகளுக்கு மாற்றாக அவைகளுக்கு காலநிலை, உணவு, வேட்டையாடிகள் போன்றவற்றைக் கவனத்தில் கொண்டு பயணம் செய்கிறது.

இதன் பெயரை வைத்தே இப்பறவையின் வாழ்விடத்தைக் கண்டறியலாம். ஆம், கடற்கரை ஓரங்களில் வாழ்பவை. உப்பு நீரில் வாழும் புழுக்கள், பூச்சிகள் மற்றும் கணுக்காலிகளை இவை உண்டு வாழ்கின்றன. கடலில் உள்ள மணல் வண்ணங்களுக்கு ஏற்ப இதன் உடலின் வண்ணம் உள்ளது.

Greater Sand - Plover (Charadrius leschenaultia)

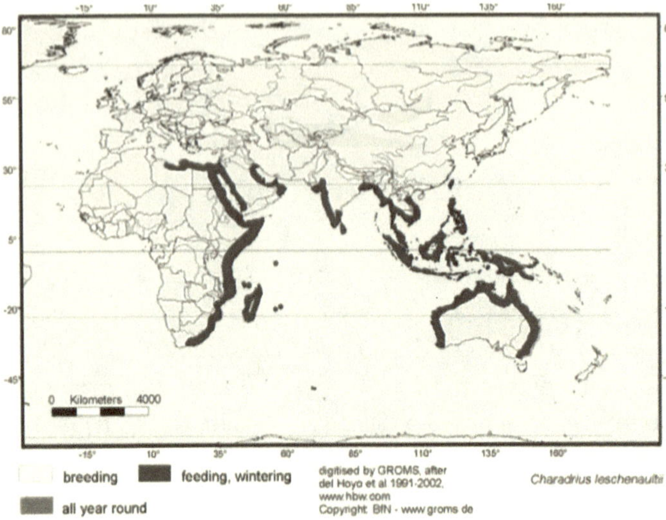

வரைபடம்

இக்குறிப்பிட்ட உப்புக்கொத்தி பறவை இந்தியா, ஆப்பிரிக்கா, ஆஸ்திரேலியா, இந்தோனேசியா ஆகிய நாடுகளின் வழியாக கடற்கரையை ஒட்டியே வலசைப் பயணம் மேற்கொள்கிறது என்பதை கீழ் உள்ள வரை படத்தில் தெளிவாகக் காணலாம். இனப்பெருக்கம் செய்யும் துருக்கி பாலை வனங்கள் மற்றும் மத்திய ஆசிய பகுதிகள் மஞ்சள் நிறத்தில் காண்பிக்கப்பட்டுள்ளன.

தற்போது இதன் எண்ணிக்கை சீராக இருப்பினும் குறைந்து வருவதாகவே ஆய்வாளர்கள் கூறுவதால் ஆப்பிரிக்க-யூரேசிய வலசை நீர் பறவைகள் பாதுகாப்பு ஒப்பந்தத்தில் *(Agreement on the Conservation of African-Eurasian Migratory Waterbirds)* சேர்த்துள்ளனர்.

இதன் ஆங்கிலப் பெயர்: *Greater Sand-Plover.*

அறிவியல் பெயர்: *Charadrius leschenaultia (Lesson, 1826)*

Leschenaultia - Jean Baptiste Louis Claude Theodore Leschenault de la Tour (1773–1826)

Jean Baptiste Louis Claude Leschenault ஒரு பிரெஞ்சு தாவரவியலாளர் மற்றும் பறவையியலாளர் ஆவார். நிக்கோலஸ் பவுடின் 1800 மற்றும் 1803க்கு இடையில் ஆஸ்திரேலியாவிற்கு மேற்கொண்ட பயணத்தில் முக்கிய தாவரவியலாளராக லெஷ்சனால்ட் இருந்தார்.

இவர் அங்கு பல புதிய தாவர மாதிரிகளை 1801 மற்றும் 1802 இல் சேகரித்தார், இவருடன் ஏழை தோட்டக்காரரின் பையன் அன்டோயின் குய்செனோட் என்பவரும் பயணம் செய்த பொழுது, லெஷ்சனால்ட் விட அன்டோயின் அதிகமான தாவர மாதிரிகளைச் சேகரித்தார், மேலும் அவர்களுக்கு மிகவும் பயனுள்ள லேபிள்களைக் கொடுத்தார். சேகரிப்பின் போதே ஏப்ரல் 1803இல் அவரது உடல்நிலை மிகவும் நலிவடைந்தது. இருப்பினும் இவர் சேகரித்த அனைத்து மாதிரிகளையும் திமோரில் கரைக்குக் கொண்டு சேர்த்தார். லெஷினோல்ட் ஜூலை 1807 இல் தாவரங்கள் மற்றும் பறவைகளின் பெரிய தொகுப்புகளுடன் ஜாவா தீவிலிருந்து பிரான்சுக்குத் திரும்பினார்.

அடுத்த மூன்று வருடங்களை இந்தோனேசியாவில் உள்ள ஜாவா என்ற தீவில் ஆய்வு செய்ய வேண்டிய கட்டாயம் ஏற்பட்டது. இவருக்கு முன்னர் கார்ல் பீட்டர் துன்பெர்க்கை (Carl Peter Thunberg) என்ற சுவீடன் நாட்டு தாவரவியல் ஆய்வாளர் சில தாவரங்களை ஜாவா தீவில் ஆய்வு மேற்கொண்டிருந்தாலும், முதன் முதலில் ஜாவா தீவில் உள்ள தாவரங்களை முழுமையாக ஆய்வு செய்தவர் என்ற பெருமை இவரையே சாரும்.

லெஷ்சனால்ட் மே 1816இல் தாவரங்களை சேகரிக்கவும், புதுச்சேரியில் தாவரவியல் பூங்காவை நிறுவவும் இந்தியாவிற்கு வந்தார். அவருக்கு மெட்ராஸ், பெங்கால் மற்றும் இலங்கை

Jean Baptiste Louis Claude Theodore Leschenault de la Tour

வழியாகப் பயணம் செய்ய ஆங்கிலேயர்களால் அனுமதி வழங்கப்பட்டது. அவர் கண்டுபிடித்த பல தாவரங்கள் மற்றும் விதைகளை ஃபிரான்சில் உள்ள ரியூனியன் தீவுக்குப் பயிரிட அனுப்பினார். இதில் இரண்டு வகையான கரும்பு மற்றும் ஆறு வகையான பருத்தி ஆகியவை அடங்கும். அவர் 1822இல் ஃபிரான்சுக்குத் திரும்பினார், இந்த சிறப்பான செயல்பட்டிற்கு அவருக்கு *Legion of Honour* என்ற விருது வழங்கி மரியாதை செய்தனர்.

அவர் திரும்பி வந்த ஒரு வருடத்திற்குள் லெஷ்சனால்ட் மீண்டும் தென் அமெரிக்கா, பிரேசில் சுரினம் மற்றும் ஃபிரெஞ்சு கயானா ஆகிய பகுதிகளுக்கு தேயிலையை அறிமுகப்படுத்தினார். பதினெட்டு மாதங்கள் கடுமையாக ஓய்வின்றி உழைத்தார். மீண்டும் உடல்நிலை பாதிப்புக்குளாளானதால் வீடு திரும்ப வேண்டிய கட்டாயம் ஏற்பட்டது. பிறகு அவர் பாரிசில் மார்ச் 14 அன்று இறந்தார்.

லெஷ்சேனால்ட் அவருடைய ஆய்வுகளை சிறிதளவு வெளியிட்டிருந்தாலும், அவரது சேகரிப்புகளை பின்னர் பிற ஃபிரெஞ்சு தாவரவியலாளர்களான ஐமே பான்ப்லேண்ட், ரெனே லூயிச் டெஸ்ஃபோன்டைன்ஸ், அன்டோய்ன் லாரன்ட் டி ஜுஸ்யூ, ஜாக்ஸ் லாபிலார்டியர் மற்றும் எட்டியென் பியர் வெண்டெனாட் உட்பட பல ஆராய்ச்சியாளர்கள் பயன்படுத்தினர், இன்னும் பயன்படுத்துகிறோம், இனிமேலும் பயன்படும்.

இத்தகைய செயல்பாடுகளாலும், கண்டுபிடிப்புகளாலும் இந்த உப்புக்கொத்தி தவிர *White-crowned forktail (Enicurus leschenaulti) and Sirkeer Malkoha (Phaenicophaeus leschenaultii)* ஆகிய இரண்டு பறவைகளுக்கும், மூன்று வகையான பல்லிகளுக்கும் இவருடைய பெயர் வைத்துள்ளனர்.

10

நீலகிரி காட்டுப் புறா

உலக மொத்தமும் உள்ள "மனிதர்களுக்கும் ரெட் அலெர்ட்" என்று பருவநிலை மாற்றத்துக்கான பன்னாட்டு அரசுக் குழு (IPCC) எச்சரிக்கை விடுத்துள்ளது. ஏதோ ஊரில், எங்கேயோ இருக்கும் மக்கள் புயல், மழை, வெள்ளம் போன்ற பேரிடர்களால் பாதிக்கப்படுகின்றனர் என்பதை நாம் செய்தியாக மட்டும் கடந்த போது பொறுப்புகளற்று வாழ்ந்தோம்.

சமீபத்தில் கொரானா நோய் தோற்று ஏற்பட்ட பொழுதும் பரவலாகவே கேட்ட போது ஓரளவிற்கு கவனித்தோம். காரணம் எங்கயோ இருந்த பாதிப்புகள் நம்மை வந்தடைய அதிக நேரத்தை எடுத்துக்கொள்ளவில்லை. மிக விரைவில் நம் வீட்டில், நம் நெருங்கிய உறவு என நேரடியாக உணர்ந்தோம்.

கொரானாவைப் போலவே இயற்கையும் முடிவு செய்துவிட்டது போல. அதனால் தற்போது அனைத்து பேரிடர்களும் ஒரே நேரத்தில் நிகழ போகிறது. அதிக வெப்பம், அதிக மழை மற்றும் அதிக வறட்சி என மிகப் பரவலாகவும் தீவிரமாகவும் மாறும் என்று ஐ.பி.சி.சி'யின் இ(Intergovernmental panel on climate change IPCC) சமீபத்திய அறிக்கை கூறுகிறது.

இத்தனை பேரிடர் நிகழ்வுக்கும் பூமியில் வெப்பம் அதிகரிப்பது தான் முக்கியக் காரணம். சென்ற நூற்றாண்டில் புவியின் மேற்பரப்பு வெப்பநிலை 0.74 °C (1.33 °F) கூடியிருக்கிறது. இருபத்தோராம் நூற்றாண்டில் புவி மேற்பரப்பு வெப்பநிலை மேலும் 1.1 தொடக்கம் 6.4 °C வரை (2.0 - 11.5 °F) கூடலாம் என்பதை சுட்டிக் காட்டுகின்றன. கூடிவரும் புவி வெப்பநிலையால் பனிப்பாறைகள் உருகி கடல் மட்டத்தை உயரச் செய்து வளமிக்க நிலங்களையும், உயிரினங்களின் வாழ்வையும் தலைகீழாக மாற்றப்போகிறது.

அதில் தமிழ் நாட்டில் பல்லுயிர் வளம் மிக்க மேற்குத் தொடர்ச்சி மலையையும் விட்டு வைக்கப் போவதில்லை என்கிறார்கள். மேற்குத் தொடர்ச்சி மலை தான் அதை ஒட்டியுள்ள மாநிலங்களின் தண்ணீர்த் தொட்டி. மேற்குத் தொடர்ச்சிமலையில்

தான் சுமார் 5000 வகை பூக்கும் தாவரங்களும், 139 வகை பாலூட்டிகளும், 508 வகை பறவைகளும், 176 வகை இருவாழ்விகளும் உள்ளன. ஆனால் தற்போது இந்த எண்ணிக்கையிலிருந்து பல உயிரினங்கள் அழிந்துவிட்டன, இப்போதும் அழிந்து கொண்டே தான் இருக்கின்றன. அதில் புறா இனங்களில் மட்டும் 13 வகை அழிந்தேவிட்டன, சில வகை புறா இனங்கள் அருகி வரும் நிலையில் (Vulnerable) உள்ளன. அதில் ஒன்று தான் நீலகிரி காட்டுப் புறா.

இதன் ஆங்கிலப்பெயர்: Nilgiri wood - Pigeon

அறிவியல் பெயர்: Columba elphinstonii (Sykes, 1833)

elphinstonii- Mountstuart Elphinstone (6 அக்டோபர் 1779-20 நவம்பர் 1859)

நீலகிரி காட்டுப் புறா (Nilgiri Wood Pigeon) என்பது மேற்கு தொடர்ச்சி மலையில் காணப்படும் ஒருவகை புறா இனம். நீலகிரி மலையில் மட்டும் காணப்படுவதால் இதற்கு இப்படியொரு பெயர் வந்திருக்கலாம். இது பசுமை மாறாக் காடுகளில் உள்ள பழங்களைத் தேடி உண்டு வாழ்கிறது. அவ்வப்போது உதிர்ந்த பழங்களைப் பொறுக்கவும், சிறு நத்தைகளைப் பிடித்துத் தின்னவும் தரையில் இறங்குகிறது.

நாவல், நெல்லி, இடலை எண்ணெய் (Olive oil), அத்தி போன்ற மொத்தம் 19 வகையான தாவர இனங்களிலிருந்து பழங்கள், பூக்கள் இலை மொட்டுகள் ஆகியவற்றை இவை உணவாக உட்கொள்கின்றன.

Nilgiri wood - Pigeon (Columba elphinstonii)

காலநிலை மாற்றத்தால் பூக்கும் தாவரங்களும், அதனைச் சார்ந்து வாழும் பூச்சிகளும், பறவைகளும் பாதிப்புக்கு உள்ளாகின்றன. ஒரு உயிரினத்தின் அழிவிற்கு உணவுதான் முக்கிய காரணம் என்று அனைவரும் தெரிந்து வைத்திருக்கிறோம். ஆனால் அனைத்து உயிரினங்களையும் ஒன்றோடு ஒன்று இணைக்கும் உணவுச்சங்கிலி பற்றி முழுமையாகப் புரிந்து கொண்டிருக்கிறோமா என்று பார்த்தால்...இல்லை என்றே கூறத்தோன்றுகிறது. இப்படிப் புரிந்து கொள்ளாததன் விளைவுதான் இன்றைக்கு நாம் இறுதிக் கட்டத்தை நெருங்கிக் கொண்டிருக்கிறோம்.

புறாக்கள் கால்சியம் சத்துக்கள் அதிகரித்து முட்டை ஓட்டிற்கு வலிமை சேர்க்கவும், அதன் குஞ்சுகளுக்கான புரதச் சத்து அதிகமுள்ள பூச்சிகளை ஊட்டவும் மழைக் காலம் தொடங்குவதற்கு முன்னரே இனப்பெருக்கம் செய்யும். மார்ச் முதல் ஜூலை வரை பசும் சோலைகளில் உள்ள மரங்களில் குச்சிகளால் தட்டுப்போலக் கூடமைத்து ஒரே ஒரு முட்டையிடும். ஆனால் அதுவும் காலநிலை மாற்றத்தாலும், பூக்கும் தாவரங்களின் இயல்பு நிலை பாதிக்கப்படுவதாலும் அவைகளின் இனப்பெருக்கமும் பாதிக்கப்பட்டு வருகிறது. அடர்ந்த மரக்கிளைகள் இல்லாததால் அதன் கூடுகள் வெளிப்படையாகத் தெரிவதாலும், உணவுச்சங்கிலியின் அடுத்த நிலையில் உள்ள வேட்டையாடும் பறவைகளுக்கும், பாம்புகளுக்கும் அது உணவாகிறது. வருடத்தில் ஒரு முறை ஒரே ஒரு முட்டையிடும் நிலையில் உள்ள இதன் எண்ணிக்கை தற்போது 2500-9999 மட்டுமே உள்ளன.

வெப்பத்தினால் காலநிலை மாற்றம் ஏற்பட்டு மழைக்காலங்கள் மாறுகின்றன. இதனால் விவசாயத்தில் பயிர் சுழற்சி முறையை மக்கள் மாற்றி வருகின்றனர். ரப்பர், எண்ணெய், தேநீர் மற்றும் காபி போன்ற பணப்பயிர் செய்யப்படுவதால் இந்த நிலத்துக்கான மரம் செடிகள் அழிக்கப்படுகின்றன. மேற்கு மலைத் தொடர்ச்சியான மகாராஷ்டிரா, கோவா மற்றும் கர்நாடக வனப்பகுதிகளில் சுரங்கத்தொழில் நடைபெறுவதால் அதிகளவில் மரங்கள் வெட்டப்படுகின்றன. அதனால் பறவையின் வாழ்விடங்கள் அழிந்து, உணவுக்கும், இனப் பெருக்கத்திற்கும் மிகுந்த பாதிப்பை ஏற்படுத்துகிறது.

பல ஆராய்ச்சிக் கட்டுரைகளில் 1961 முதல் 1997 வரையான காலகட்டத்தில் மேற்குத் தொடர்ச்சி மலையில் 67விழுக்காடு மரங்களை அழித்து விட்டோம் என்றும், இது நீலகிரி காட்டு புறாவிற்கு மிகப்பெரிய சிக்கல் எனவும் ஆராய்ச்சியாளர்கள் தெரிவித்துள்ளனர்.

பருவநிலை மாற்றத்தால் மேற்குத் தொடர்ச்சி மலையில் ஏற்பட்டுள்ள பாதிப்புகள் குறித்து ஆய்வு செய்ய 2010இல் மாதவ் காட்கில் குழுவும், அதனைத் தொடர்ந்து 2012இல் கஸ்தூரிரங்கன் குழுவும் அமைக்கப்பட்டது. இதன் மூலம் சில கட்டுப்பாடுகள் நடைமுறை படுத்தப்பட்டன. இருப்பினும் மேற்கூறிய பிரச்சனைகள் தொடர்வதால் கார்பன்-டை ஆக்ஸைடின் அளவு அதிகரித்து பூமியின் வெப்பநிலையும் தற்போது அதிகரிக்கிறது. இன்று வரை மனிதர்களால் காலநிலை மாற்றத்தைக் கட்டுப்படுத்த முடியவில்லை. மாறாக அதிகரித்துக் கொண்டே செல்கிறது.

நாமே நம் சொந்த நிலைகளைப் பற்றி சிறிதளவு கூட கண்டுகொள்ளாததன் விளைவு, இன்று இந்த நிலைமையில் வந்து நிற்கிறோம். ஆனால் ஸ்காட்லாந்து அரசியல்வாதி மற்றும் வரலாற்று ஆசிரியரும் மற்றும் மெட்ராஸ் மாகாண ஆளுநராக இருந்த மவுண்ட்ஸ்டார்ட் எல்பின்ஸ்டோன் கிராண்ட் டஃப் இந்திய வரலாற்றை முழுவதுமாக தெரிந்து கொண்டு புத்தகமாக வெளிட்டுள்ளார். இவர்தான் சென்னையின் மிக நீண்ட கடற்கரையை 1880 களில் சுத்தம் செய்து நடைபாதை அமைத்து அந்தக் கடற்கரைக்கு மெரினா என பெயரிட்டார் அத்துடன் வனப் பாதுகாப்புச் சட்டத்தையும் உருவாக்கினார்.

எல்பிஸ்டோனி (Elphinstone) வங்காளச் சிவில் அதிகார வர்க்கத்தில் 1795இல் வேலையை ஏற்றுப் பிறகு, 1804இல் நாகபுரியிலும், 1811இல் பூனாவிலும் சுதானிகராகா நியமிக்கப்பட்டார். மும்பையில் 1819 முதல் 1827 வரை துணைநிலை ஆளுநர் (Lieutenant Governer) பதவியில் திறம்பட செயலாற்றினார். அக்காலத்தில் இவர் எல்பின்சுடன் சட்டத்தை (Elphinstone code)

Mountstuart Elphinstone

வகுத்தார். இவர் இந்தியாவில் அரசாங்கக் கல்வி வளர்ச்சியை நன்கு திட்டமிட்டு வளர்த்தார். இவரைப் பாராட்டி, இவர் பெயரால் மும்பையில் ஒரு கல்லூரியை நிறுவினர். ஐரோப்பியர்கள் இவரது உருவச்சிலையை மும்பையில் அமைத்தனர். இவர் 1829 இல் இங்கிலாந்து திரும்பினர். இவர் எழுதிய 'இந்திய வரலாறு' சிறந்த ஆவண நூலாகக் கருதப்படுகிறது. இவர் பெயரால் ஆஸ்திரேலியா நாட்டில் ஒரு நகரம் உருவாக்கப்பட்டது. மேலும் இலண்டனில் புனிதர் பவுல் தேவாலயத்தில் (St Paul's Cathedral) ஒரு சிலை இவருக்கு வைத்துள்ளனர். இவருடைய வரலாற்றுக் குறிப்புகளில் சில எரிந்துவிட்டதாகச் சொல்லப்படுகிறது. ஆதலால் இப்பறவைக்கும் மரியாதை நிமித்தமாக Elphinstone என்று இவருடைய பெயரை வைத்துள்ளனர்.

மனிதர்களின் இயற்கைக்கு மாறான செயல்பாடுகளினால் 2010இல் 0.8 டிகிரி செல்ஸியஸிலிருந்து 2019 ல் 1.3°C ஆக அதிகரித்துள்ளது. 2021 முதல் 2041 வரை 1.5°C ஆக உயரும் என தற்போதைய ஆறாவது அறிக்கையில் எச்சரிக்கின்றனர்.

இந்த எச்சரிக்கையை திடீரென்று சொல்லி விடவில்லை, பல வருடங்களாக அறிவுறுத்தி வந்தனர் ஆராய்ச்சியாளர்கள். இந்த புறாவை போன்றே அழிந்த, அழியும் நிலையில் உள்ள உள்நாட்டுப் பறவைகளும், வலசைப் பறவைகளும் நமக்கு பிற்காலத்தில் வரும் மிகப்பெரிய ஆபத்துகளை முன் கூட்டியே அறிகுறிகளாகத் தெரியப்படுத்தின. நாம் தான் அதை உணர்ந்து செவிசாய்க்க மறுத்து விட்டோம். தற்போது மொத்த உலகமும் இறுதிக்கட்டத்தை நெருங்கிக் கொண்டிருப்பதாகவே ஆய்வாளர்கள் மீண்டும் எச்சரித்துள்ளனர்.

இந்த ஆபத்தான நிலையிலும் கூட நாம் பேசவில்லை, செயல்படவும் இல்லை, ஆனால் காலநிலை மாற்றம் பற்றி 15 வயதே ஆன க்ரெட்டா துன்பெர்க் என்ற ஸ்வீடன் நாட்டு பள்ளி மாணவி 2018 ஆம் ஆண்டு ஐக்கிய நாடுகள் காலநிலை மாற்ற மாநாட்டில் கேள்விகள் கேட்டார். அதற்காக இன்று வரை அவரை விமர்சித்து வருகின்றோம். காரணம், நம்மிடம் பதில் இல்லை.

காலநிலை மாற்றத்தால் கண்ணுக்குத் தெரியாத கோடிக்கணக்கான பல்லுயிர் வளமிக்க நுண்ணுயிர்களையும் இழந்து வருகிறோம். அடுத்து மனிதர்கள்தான் என்ற நிலை வந்துவிட்டது. இனிமேலாவது புரிந்து செயல்படுவோமா? இல்லை, விரைந்து நம்மை இழப்போமா..?

11. கம்பிவால் தகைவிலான்

காற்றைக்கிழித்துப் பறந்துகொண்டே... பறக்கும் சிறு பூச்சிகளைப் பிடித்து உண்ணும் இதன் மொத்த நீளம் 14 செண்டிமீட்டர், ஆனால் வால் மட்டும் 10 செண்டிமீட்டர் என்பதால் ஆங்கிலத்தில் இதனை *Wire-tailed Swallow* என்றும் தமிழில் கம்பிவால் தகைவிலான் என்றும் அழைக்கிறோம்.

சவுத் ஆப்பிரிக்கா மற்றும் ஆசியாவின் தென்பகுதிகளில் காணப்படுகிறது. தமிழ்நாட்டில் குளிர்காலத்தில் பரவலாக காணப்படும். குறிப்பாக, பிச்சாவர சதுப்புநிலப் பகுதியிலும், நீலகிரி மாவட்டத்திலும் பெருமளவில் காணலாம்.

கம்பிவால் தகைவிலான் வடக்கில் ஆப்கானிஸ்தான் மற்றும் பாக்கிஸ்தானிலும் இது தெற்கில் நீலகிரியில் மட்டும் இனப்பெருக்கம் செய்வதான குறிப்பு உள்ளது. நீர்நிலைகளுக்கு அருகில் சேற்றைச் சேகரித்து குடுவை போன்று வடிவமைத்து அதனுள் வேர்கள், முடிகள், இலைகள், கூழாங்கற்கள் போன்ற பொருட்களை நிரப்பி பெண், ஆண் இரண்டும் சேர்ந்து கூடுகள் கட்டுகின்றன. மூன்று அல்லது நான்கு முட்டைகள் இடுகின்றன.

Wire-tailed Swallow

கள ஆய்விற்கான பயணத்தில் 31 வயதிலேயே உயிரிழந்த நார்வே நாட்டைச் சார்ந்த தாவர சூழலியல் அறிஞர் கிறிஸ்டியன் சுமித்தின் நினைவாக அறிவியல் பெயரில் Hirundo smithii (Leach, 1818) என்று அழைக்கப்படுகிறது.

Smithii – Christian Smith (1785 - 1816)

கிறிஸ்டன் ஸ்மித் நார்வேயின் டிரம்மனில் உள்ள ஸ்கோஜரில் அக்டோபர் மாதம் 17ஆம் தேதி பிறந்தார். பேராசிரியர் மார்ட்டின் வால் கீழ் கோபன்ஹேகன் பல்கலைக்கழகத்தில் மருத்துவம் மற்றும் தாவரவியல் பயின்றார். நார்வேயிலேயே மருத்துவர், பொருளாதார நிபுணர் மற்றும் இயற்கை ஆர்வலர், குறிப்பாக தாவரவியலாளர் என பன்முகத் தன்மையுள்ளவராக விளங்கினார். ஜென்ஸ் வில்கன் ஹமெனுடன் சேர்ந்து, நார்வேயின் பெரும்பகுதிகளில் பயணம் செய்தார் மற்றும் தாவரவியல் ஆய்வுகளையும் மேற்கொண்டார்,

ஸ்மித் 1808இல், பட்டம் பெற்று நார்வேயில் மருத்துவம் செய்யத் தொடங்கினார். கிறிஸ்டியானியாவில் புதிதாக நிறுவப்பட்ட ராயல் ஃப்ரெட்ரிக் பல்கலைக்கழகத்தில் தேசிய பொருளாதாரம் மற்றும் தாவரவியல் பேராசிரியராக 1814ஆம் ஆண்டில், நியமிக்கப்பட்டார். இருப்பினும், ஐரோப்பாவில் தாவரவியல் பூங்காக்களின் வளர்ச்சிக்கும், தொடர்புகளை ஏற்படுத்துவதற்கும் அவர் வெளிநாட்டுப் பயணங்களைத் தொடங்கினார்.

Christian Smith

அவரது முதல் பயணம் ஸ்காட்லாந்துக்கும் அங்கிருந்து பிரிட்டனின் லண்டனுக்கும் அழைத்துச் சென்றது. அங்கு இவர் பிரஷ்ய புவியியலாளர் லியோபோல்ட் வான் புச்சை சந்தித்தார். புச் எரிமலை கேனரி தீவுகள் மற்றும் மடீராவுக்குச் செல்லத் திட்டமிட்டார், மேலும் அனுபவமிக்க விஞ்ஞானியுடன் ஒரு பயணத்தில் பங்கேற்கும் வாய்ப்பை ஸ்மித் பயன்படுத்திக் கொண்டார். இருவரும் இணைந்து தங்கள் ஆய்வுப் பயணத்தை 1815இல் தொடங்கினார்கள். அதே ஆண்டு டிசம்பர் 8ஆம் தேதியில் அவர்கள் போர்ட்ஸ்மவுத் திரும்பினர், ஸ்மித் 50 புதிய இனங்களுடன் மொத்தம் 600 வகையான தாவரங்களைக் கொண்டு வந்தார். புதிய தாவர இனங்களைக் கண்டுபிடித்தார், இதனால் புச்சில் இருந்து புவியியலைக் கற்றுக்கொண்ட ஸ்மித்தை, லண்டன் ராயல் சொசைட்டி அணுகியது. காங்கோ நதிக்கு மேற்கத்திய நைஜர் பேசின்களுடன் ஏதேனும் தொடர்பு இருக்கிறதா என்பதைத் தீர்மானிக்க கேப்டன் ஜேம்ஸ் ஹிங்ஸ்டன் டக்கியின் கீழ் ஒரு அறிவியல் பயணத்தில் பங்கேற்கச் சொன்னார். அதில் மத்திய ஆப்பிரிக்கா பயணத்தின் தாவரவியலாளர் மற்றும் புவியியலாளராக ஸ்மித் செயல்பட்டார். அவருக்கு உதவியாளராக டேவிட் லாக்ஹார்ட் என்பவரும் உடனிருந்தார்.

காங்கோ பயணம் பிப்ரவரி 1816 இல் தொடங்கப்பட்ட போதே ஆபத்தான சூழல் நிலவியது. நீராவி படகாகக் கட்டப்பட்ட "எச். எம்.எஸ்.காங்கோ" (HMS Congo 1816) என்ற கப்பலைப் பயன்படுத்தி ஆற்றில் பயணம் செய்வதுதான் இயல்பு. கப்பல் வழக்கமான பாய்மரங்களில் பொருத்தப்பட்டிருந்தாலும், 160 கிலோ மீட்டரில் காங்கோ ஆற்றுத் தண்ணீரில் சிக்கியது. ஆதலால் கொங்கோ வழியாக mosquito-infested swamps என்ற சதுப்பு நிலப் பகுதி வரை நடந்து சென்று ஆய்வுகளை மேற்கொண்டனர்.

ஆற்றில் 450 கிலோமீட்டர் வரை நடந்து செல்ல முடிந்தது. அதன் பின்னர் உணவுப் பற்றாக்குறை, அங்கிருந்த ஒருசில மனிதர்களால் ஏற்பட்ட பிரச்சினைகள் மற்றும் வெப்பமண்டல காய்ச்சல்கள் போன்ற தடைகள், தேடிச் சென்றவைகளைக் கண்டுபிடிக்காமலேயே பயணத்திலிருந்து திரும்பவைத்தது. ஆற்றில் கீழ் நோக்கித் திரும்பி வந்துகொண்டிருந்த பொழுது வழியில், வெப்பமண்டலக் காய்ச்சல் ஸ்மித்தைத் தாக்கியதில் செப்டம்பர் 22ஆம் தேதி இறந்தே விட்டார். அப்பொழுது அவரது வயது 31.

கப்பலில் பயணித்த விஞ்ஞானிகள் மற்றும் கேப்டன் உட்பட 56 உறுப்பினர்களில் 18 பேர் இறந்தனர். அதில் பிழைத்த ஜோசப் கான்ராட் என்பவர் பல வருடங்களுக்குப் பிறகு பயண அனுபவங்களில் உத்வேகம் அடைந்து அனுபவங்களையும், துன்பங்களையும் எழுதி Hear of Darkness என்ற புத்தகத்தை வெளியிட்டார்.

காய்ச்சலுக்கு முன்பு, ஸ்மித்தின் நாட்குறிப்பு மற்றும் தாவர மாதிரிகள் லண்டனுக்கு அனுப்பப்படுவதை கேப்டன் டக்கி உறுதி செய்தார். இச்செய்தியைப் படிக்கும் பொழுது நெகிழ்ச்சியில் ஆழ்த்தியது. கப்பலின் கேப்டன் அப்பயணத்தின் முக்கியத்துவத்தை அறிந்துள்ளார், இவர்கள் சேகரித்த இயற்கை பற்றிய அறிவியல் தகவல்களின் பயன்களை உணர்ந்து அனுப்ப வேண்டிய இடங்களுக்கு சரியாக அனுப்பி வைத்துள்ளார்.

இவர்களுடைய உழைப்பு வீண் போகவில்லை. பயணத்திலிருந்த அவரது சேகரிப்பில் 620 இனங்கள் இருந்தன. அவற்றில் 250 புதியவை என்று நிரூபிக்கப்பட்டன. அவர் விட்டுச் சென்ற பல நூல்கள் பின்னர் அவரது நண்பர் மார்ட்டின் ரிச்சர்ட் ஃப்ளோரால் வெளியிடப்பட்டன. கிரிஸ்டியா ஸ்மிதி என்ற பாம்பின் இனமும் கிறிஸ்டன் ஸ்மித்தின் நினைவாக பெயரிட்டு அழைக்கப்பட்டது.

இத்தனை நபர்களின் வாழ்க்கையையே இழந்து நமக்குக் கொடுத்துச் சென்ற அறிவியல் தரவுகளைப் பயன்படுத்தி படித்து, பட்டங்கள் பெற்று, அதன் மூலம் வேலைக்குச் சென்று சொந்த வாழ்வை மட்டுமே கவனிக்கும் நாம், அடுத்த தலைமுறைக்கு சுத்தமான மூச்சுக்காற்றைக் கூட விட்டுச்செல்ல மனமில்லாமல், நோய்களையே விட்டுச் செல்கின்றோம் என்பதை எப்போது புரிந்துகொள்ளப்போகிறோம்?.

12

வானம்பாடி

'நான் பாடும் பாடல்' என்ற படத்தில் பாட்டு மற்றும் நடனம் முக்கிய கதையாக நகர்கிறது, 'பாடும் வானம்பாடி' பாடலில் கதாநாயகி பார்க்க கதை நாயகன் பாடுவது போன்ற கலவை அப்படியே வானம்பாடி பறவைக்கு மிகவும் பொருந்தும்.

கவிகர் நா. காமராசன் எழுதிய பாடல் வரிகளில் வானம்பாடி பறவையை குறிப்பிட்டுள்ளார் குறிப்பாக இனப்பெருக்கக் காலத்தில் அவை பாடுவதைப் பதிவு செய்துள்ளார்

“பாடும் வானம்பாடி ஹ பாடும் வானம்பாடி ஹ பாடும் வானம்பாடி ஹ

மார்கழி மாதமோ பார்வைகள் ஓ ஓ ஓ ஈரமோ ஓ ஓ ஓ

ஏனோ ஏனோ

பாடும் வானம்பாடி ஹ பாடும் வானம்பாடி”

Sykes Lark

மார்ச் முதல் செப்டம்பர் வரையிலான இனப்பெருக்கக் காலத்தில் ஆண் பறவை பாடிக்கொண்டே மெதுவாக இறக்கைகள் படபடப்பது, உயரமாக, வட்டமிடுவது போன்ற விதவிதமான செயல்களின் மூலம் பெண் பறவையை கவனிக்கவைக்க முயலும். சைக்ஸ் லார்க் என்ற பறவையை தீபகற்ப இந்தியாவின் புல்வெளிகளில் காணலாம். அதன் வாழ்விடத்தில் காணப்படும் மற்ற 34 பறவைகளின் குறலை இப்பறவையினால் பேச முடியும் என்று ஒரு ஆய்வு கண்டறிந்துள்ளது.

இதன் அறிவியல் பெயர் - *Galerida deva (Sykes, 1832)*

இதன் ஆங்கிலப் பெயர் *Sykes's Lark*

Sykes- Colonel William Henry Sykes, FRS (1790 –1872)

சைக்ஸ் இங்கிலாந்தில் சனவரி 25ஆம் தேதி பிறந்தார். இயற்கை ஆர்வலரான, இந்தியாவில் பிரிட்டிஷ் இராணுவத்துடன் பணியாற்றினார். மேலும் அரசியல், மீன்கள் மற்றும் பறவை பற்றியும் தகவல்களை இவர் சேகரித்தார். விக்டோரியன் புள்ளியியல் இயக்கத்தின் முன்னோடிகளில் ஒருவராகவும் ராயல் புள்ளியியல் சங்கத்தின் நிறுவனராகவும், இருந்த அவர் இராணுவ நடவடிக்கையின் செயல்திறனை ஆய்வு செய்தார். இந்தியாவிலிருந்து பிரிட்டன் திரும்பிய அவர், கிழக்கிந்திய நிறுவனத்தின் இயக்குநராகவும், பாராளுமன்ற பிரதிநிதியுமாக இருந்தார். இவர் 1803இல் கேடட்டாக இராணுவ சேவையில் சேர்ந்தார், ஐரோப்பாவிற்கு 1819இல் பயணம் செய்தார். அக்டோபர் 1824 இல் அவர் இந்தியா திரும்பிய பின்பு பம்பாய் அரசாங்கத்தின் புள்ளிவிவர நிருபராக Mountstuart Elphinstone என்பவரால் நியமிக்கப்பட்டார்.

பின்னர் அவர் புள்ளியியல் மற்றும் இயற்கை வரலாற்று ஆராய்ச்சிகளைச் செய்தார். மேலும் டெக்கான் (Deccan) மக்கள்தொகை கணக்கெடுப்பை முடித்தார். இரண்டு பெரிய புள்ளிவிவர அறிக்கைகளையும், வரைபடங்களுடன் விளக்கப்பட்ட ஒரு முழுமையான இயற்கை வரலாற்று அறிக்கையையும் தயாரித்தார். 1824இல் ரெனிஸ்டவுனின் வில்லியம் ஹேவின் மகள் எலிசபெத்தை மணந்தார். இணையர் எலிசபெத்தும் சைக்சின் ஆய்வுகளுக்கு உதவினார்.

William Henry Sykes

கணக்கெடுப்பு பொறுப்பில் இருந்த பொழுது தக்காணப் பீடபூமி முழுவதும் பயணம் செய்தார். சைக்ஸ் இந்தியாவில் ஒரு முன்னோடி வானிலை ஆய்வாளராக இருந்தார், தினமும் வெப்பநிலை மற்றும் வளிமண்டல அழுத்த அளவீடுகளை எடுத்துக் கொண்டார்; தினசரி அழுத்த மாறுபாடுகளில் வழக்கமான வடிவங்களைக் கவனித்தார். இதன் மூலம் மழைக்காலங்களில் குறைந்த வேறுபாடு ஏற்பட்டாலும், குளிர்காலத்தில் வரம்பு மிக அதிகமாக இருப்பதைப் பதிவு செய்தார்.

சைக்கின் விலங்குகளின் சேகரிப்பின் விளைவாக தக்காணப் பகுதியிலிருந்து பறவைகள் மற்றும் பாலூட்டிகளின் பட்டியல்களைத் தயாரித்ததில், கிட்டதட்ட 236 இனங்கள் இருந்தன.

அவரது கண்டுபிடிப்புகளில் ஐம்பத்தாறு பறவைகளைப் பற்றிய புதிய தகவல்களில் இந்திய குளத்துக் கொக்கு, காடைகள் மற்றும் கவுதாரியும் அடங்கும். அப்பகுதியின் மீன்களைப் பற்றியும் பதிவு செய்துள்ளார்.

சார்லஸ் டார்வின் இயற்கை ஆர்வலர் Edward Blyth அவர்களை சீனா பயணத்தில் இணைத்துக்கொள்ள வில்லியம் ஹென்றி சைக்ஸ்க்கு கடிதம் எழுதினார். அந்த அளவிற்கு இவருக்கு மதிப்பும் செல்வாக்கும் இருந்தது.

சைக்ஸ் பௌத்தம் மற்றும் அதன் தொன்மை குறித்து விரிவாக எழுதினார். பிராமணர்கள் இந்தியாவை பூர்வீகமாகக் கொண்டவர்கள் அல்ல என்றும் பாலி சமஸ்கிருதத்தை விட பழமையானது என்று 1842ஆம் ஆண்டே ஏசியாடிக் சொசைட்டி இதழில் வெளியிடப்பட்ட கட்டுரையில் குறிப்பிட்டுள்ளார். பிராமணியத்தை விட, பௌத்தம் தான் இந்தியாவின் பண்டைய காலத்தில் ஆதிக்கம் செலுத்தியது என்று வாதிட்டார். பாம்பேயின் குடிமக்கள் சைக்ஸின் சொந்தக் கல்வி முறைக்கு ஆதரவாக வாதிட்டதற்காக அவருக்கு 1856ஆம் ஆண்டில், ஒரு பதக்கத்தை வழங்கினர். இவர் சூன் 16ஆம் தேதி இறந்தார்.

வானம்பாடி பறவை டெக்கான் பகுதியில் காணப்படுவதாலும், இவரும் டெக்கான் பகுதிகளை அதிக கவனம் செலுத்தி ஆய்வு செய்ததாலும் இப்பறவைக்கு இவருடைய பெயருடன் மேலும் இரண்டு பெயர்களான Deccan crested lark மற்றும் Deccan lark என்றும் அழைக்கப்படுகிறது.

மொழி, இனம் போன்றவற்றிற்கு மனிதர்கள் நாம் இன்றைக்கு டி.என்.ஏ ஆய்வு செய்துகொண்டிருக்கும் நிலையில் 1800களில் இயற்கை ஆய்வாளரின் தரவுகளே நமக்கு வரலாறுகளுக்கு சான்றாக கிடைக்கிறது.

13

ஆற்று ஆள்காட்டி

ஆற்று ஆள்காட்டி நம் பகுதியில் உள்ள ஆள்காட்டி போலவே உருவ அமைப்புக் கொண்டது. ஆனால் நிறத்தில் வேறுபாட்டுடன் காணப்படும். தலையில் தொப்பி போன்று கருப்பாகவும், கால்களும் கருப்பாக இருக்கும். இந்த ஆள்காட்டி பறவை தமிழ்நாட்டில் இல்லை. ஆதலால் நமக்கும் இந்தப் பறவைக்கும் எந்த சம்பந்தமும் இல்லை என்று யாரும் நினைக்க வேண்டியதில்லை.

இயற்கையில் அனைத்திற்கும் யாதும் ஊரே யாவரும் கேளிர் தான். பூமியில் அன்றாடம் நிகழும் எல்லா பிரச்சனைகளையும் சேர்த்து யாரோ எங்கேயோ இந்த பூமியில் செய்யும் தவறுகளுக்கு மற்றொரு இடத்தில் உள்ள மனிதனுக்கு பிரச்சனைகள் நேர்கின்றன. செப்டம்பர் மாதம் 26ஆம் தேதி உலக ஆறுகள் தினம். ஆற்றுப் பகுதியில் ஆற்றை நம்பி வாழும் ஒருவகை ஆள்காட்டி பறவையைப் பற்றி தெரிந்து கொள்ளலாம்.

ஆற்று ஆள்காட்டி பறவை இந்தியா, நேபாளம், பூட்டான், பங்களாதேஷ், மியான்மர், தாய்லாந்து, கம்போடியா, லாவோஸ், வியட்நாம் மற்றும் தெற்கு சீனாவில் நாடுகளிலும், இந்தியாவில் தெலுங்கானா, ஆந்திரா, ஒடிசா, மத்திய பிரதேசம், சத்தீஸ்கர், ஜார்க்கண்ட், மேற்கு வங்கம், ஹரியானா, உத்தரகண்ட், உத்தரபிரதேசம், பீகார், அசாம், அருணாச்சல பிரதேசம், நாகாலாந்து, மேகாலயா, மணிப்பூர், திரிபுரா மற்றும் மிசோரம் ஆகிய மாநிலங்களிலும் பரவி காணப்படுகின்றன. இந்தியா, நேபாளம், பூட்டான் மற்றும் பங்களாதேஷில் மார்ச் முதல் ஜூன் வரை இனப்பெருக்கம் செய்கின்றன. முட்டைகளை தரையில் வைத்து அடைகாக்கும்.

ஈரமான புல்வெளிகள், ஏரிகளின் விளிம்புகள், மணல் பரப்பு, கூலாங்கற்கள் நிறைந்த ஆற்றங்கரைகள், விளைநிலங்கள் போன்ற பல்வேறு வாழ்விடங்களில். பெரும்பாலும் நீர் சூழலில் ஒன்றான ஆறுகளில் வாழ்வதால் இதன் ஆங்கிலப் பெயர் River Lapwing

River lapwing (Vanellus duvaucelii)

ஆற்றுப் பகுதிகளில் உள்ள புழுக்கள், மெல்லுடலிகள், கணுக்காலிகள், தேனீ, வண்டு, எறும்பு போன்ற பூச்சிவகைகளை உண்டு வாழ்கின்றன.

இதன் அறிவியல் பெயர் *Vanellus duvaucelii* (Lesson, 1826)

duvaucelii - *Alfred Duvaucel* (1793 - 1824)

ஆல்பிரட் துவாசெல் ஒரு பிரெஞ்சு இயற்கை ஆர்வலர் மற்றும் ஆய்வாளர். டிசம்பர் 1817இல், துவாசெல் பிரான்சில் இருந்து பிரிட்டிஷ் இந்தியாவிற்குப் பயணத்தை ஆரம்பித்து மே-1818இல் கல்கத்தாவுக்கு வந்தார். அங்கு இவர் பியர்-மடார்ட் என்பவரைச் சந்தித்தார். பின்னர் இருவரும் ஒன்றாக இணைந்து பிரெஞ்சு கிழக்கிந்திய கம்பெனியின் வர்த்தக நிலையமான சந்தர் நகருக்குச் சென்று, பாரிஸ் இயற்கை வரலாற்று அருங்காட்சியகத்திற்காக விலங்குகள் மற்றும் தாவரங்களைச் சேகரிக்கத் தொடங்கினர். தினசரி உயிருள்ள மற்றும் இறந்த மாதிரிகளைச் சேகரிக்க வேட்டைக்காரர்களை வேலைக்கு அமர்த்தினர். வேட்டையாடத் தேவையான பொருட்களை உள்ளூர் ராஜாக்களிடமிருந்து பெற்றனர். அவர்களின் வளாகத்தின் தோட்டத்தில் உள்ளூர் தாவரங்கள் மற்றும் நீர் பறவைகளை வளர்த்தனர்.

ஜூன் 1818இல், பாரிஸுக்கு முதல் பாடம் செய்யப்பட்ட உயிரினங்களை அனுப்பினர். அதில் கங்கை நதி டால்பின் எலும்புக்கூடு, திபெத்திய எரு வின் தலை, சிறிய வகை

Sir Thomas Stamford Bingley Raffles FRS FRAS
(5 July 1781 - 5 July 1826)

பறவைகள், சில கனிம மாதிரிகள் மற்றும் சுமத்ராவில் இருந்து ஒரு தும்பிக்கை பன்றி, இரண்டாவதாக அனுப்பியதில் ஒரு உயிருள்ள காஷ்மீர் ஆடு, க்ரெஸ்டட் ஃபெசண்ட்ஸ் மற்றும் பறவை இனங்கள் ஆகியவை அடங்கும்.

தாமஸ் ஸ்டாம்போர்ட் ராஃபிள்ஸை 1818ஆம் ஆண்டின் இறுதியில் சந்தித்தார், அவர்கள் இருவரும் மலாய் தீபகற்பம், சிங்கப்பூர் மற்றும் சுமத்ரா ஆகிய பகுதிகளுக்குச் சென்று அங்குள்ள இயற்கை வரலாற்றைப் படித்தனர்.

இந்தோனேஷியாவில் உள்ள பாடாங் பகுதிற்கு பயணம் செய்து மலையன் தபீர், சுமத்ரன் காண்டாமிருகம், குரங்கு இனங்கள், ஊர்வன, மான் மற்றும் அவற்றின் மாதிரிகளை சேகரித்தார். மேலும் அவர் பல சூழ்நிலைகளில் பாடம் செய்யப்பட்ட விலங்குகள், எலும்புக்கூடுகள், தோல்கள் மற்றும் குரங்குகளுடன் கல்கத்தா திரும்பினார்.

இந்தியாவின் வடக்கில் உள்ள கங்கையை நோக்கிப் பயணம் செய்தார். அப்பொழுது பாட்னாவின் கிழக்கே ராஜமஹால் மலைகளில் சிறிது நேரம் செலவழித்தபோது ஒரு காண்டாமிருகம் அவரைத் தாக்கியது. அதில் கடுமையாக காயமடைந்தார்,

அதிலிருந்து குணமடைய வில்லை. முதலில் பாகல்பூரில் மருத்துவ உதவி வழங்கப்பட்ட போதிலும் பின்பு கல்கத்தாவிலும் இறுதியாக மெட்ராஸிலும் சிகிச்சை அளித்த நிலையிலும் அதிலிருந்து அவர் மீள முடியாமல் இறந்தார்.

இந்தப் பயணங்களுக்குப் பிறகு அவர் நேபாளம் அல்லது திபெத், பாட்னா, கோரக்பூர் மற்றும் காத்மாண்டு ஆகிய பகுதிகளுக்குச் செல்லத் திட்டமிட்டிருந்தார். ஆனால் காண்டாமிருகம் தாக்கப்பட்டதிலிருந்து மீள முடியாமலேயே போனது. ஒரு வருடத்திற்கும் மேலாக தங்கி சுமார் 2000 விலங்குகளை சேகரித்து பாரிஸ் இயற்கை வரலாற்று அருங்காட்சியகத்திற்கு அனுப்பி வைத்துள்ளார். காண்டாமிருகம் தாக்கப்படாமல் இருந்திருந்தால் நமக்கு இன்னும் பல விலங்குகளைப் பற்றிய தகவல்கள் கிடைத்திருக்கும்.

இவருடைய இந்த அர்ப்பணிப்புக்காக இவருடைய பெயரை ஆள்காட்டி பறவைக்கு வைத்திருப்பது பெருமையும் மகிழ்ச்சியும் நிறைந்ததாகும். ஆனால் துயரமான செய்தி, தற்போது இந்த குறிப்பிட்ட ஆள்காட்டி பறவை அருகி வரும் நிலையில் உள்ளது. அழிந்து வருவதற்கான காரணம், மனிதர்களால் அதன் வாழ்விடங்கள் ஆக்கிரமிப்பு செய்யப்பட்டு அழிக்கப்படுவது தான். மேலும் அதன் வரம்பில் உள்ள பெரிய ஆறுகளில் ஏராளமான நீர்மின் திட்டங்கள் இருப்பதே இப்பறவைக்கு மிகப்பெரிய ஆபத்தாக ஆய்வாளர்கள் கருத்துகின்றனர்.

கொரானாவிற்கு முன்பே கங்கை நீரை குப்பைகள் நிறைந்ததாகவும் குடிக்கத் தகுதியற்றதாகவும் அறிவித்துள்ள நிலையில் கொரோனா இரண்டாம் அலையில் ஆற்றில் மிதக்கவிட்ட மனித பிணங்களினால் ஏற்பட்டிருக்கும் மாற்றங்களை நாம் கற்பனை செய்துகூட பார்க்க முடியவில்லை.

நமக்கு இன்றைக்கு கிடைத்திருக்கும் பல நன்மைகளுக்கு யாரோ ஒருவர் வாழ்க்கையை தியாகம் செய்திருப்பதை உணராமல், அவற்றைச் சரியாக பயன்படுத்திக் கொள்ளாமல் அழித்துக் கொண்டிருப்பதன் விளைவு, அடுத்த உலகப் போர் நீர்க்காகத்தான் என வல்லுநர்கள் கணித்துள்ளனர்.

ஆபத்தை உணர்ந்து இனிமேலாவது ஆள்காட்டிப் பறவை போன்று அழிந்து வரும் நிலையில் உள்ள பறவைகளையும் வாழ்விடங்களையும் காப்பாற்றுவோம்.

14
மஞ்சள் கண் புறா

சமாதானத்தின் அடையாளமாக முன்னாள் பிரதமர் நேரு பறக்க விடும் வெள்ளை நிற புறாவை படங்களில் பார்த்திருப்போம். பின்பு பண்டைய காலங்களில் தூது அல்லது தகவல் அனுப்ப புறாவைப் பயன்படுத்தியதாக கதைகளில் நாம் அனைவருமே கேள்விப் பட்டிருப்போம். மாடப்புறாவை பல பேர் வீடுகளில் தற்போது வளர்த்து வருவதை நேரில் பார்த்திருப்போம். ஆந்திராவில் சிலர் ஒன்று அல்லது இரண்டு புறாக்களைப் பழக்கப்படுத்தி, அதன்மூலம் நிறைய புறாக்களை பிடித்து உணவுக்காக விற்பனை செய்கின்றனர். புறாக்களின் நினைவாற்றலை வைத்து சூதாட்டமும் நடத்துகிறார்கள். குஜராத் போன்ற வட மாநிலங்களில் மரங்களிலும், பழைய கட்டிடங்களிலும் மாடப்புறாக்களைக் காணலாம். மற்ற உயிரினங்களுக்கு மனிதர்களே உணவு அளிப்பது இயற்கைக்கு மாறானது, இருப்பினும் புறாக்களுக்கு ஒரு சிலர் உணவளிக்கின்றனர், மேலும் ஜன்னல், நுழைவாயில் வழியாக வீட்டிற்குள் வருவதாலும், எச்சங்களினால் துர்நாற்றம் வீசுவதாகவும், நோய் தோற்று பரவுகிறது, இதனால் தொந்தரவாகக் கருதி வீட்டு பால்கனிகளில் கம்பிவலைகளை அமைத்துள்ளனர். அந்த அளவிற்கு மாடப்புறா எண்ணிக்கையில் மிகவும் அதிகரித்துள்ளது. ஆனால் தற்பொழுது நாம் இக்கட்டுரையில் தெரிந்துகொள்ளவிருப்பது அதே புறா குடும்பத்தைச் சார்ந்த மஞ்சள்-கண் புறா என்ற பறவை பற்றித் தான்.

இப்புறாவின் ஆங்கிலப் பெயர் Yellow-eyed Pigeon இதன் கண்கள் மஞ்சள் நிறத்தில் காணப்படுவதே இதற்குக் காரணம். மஞ்சள்-கண் புறா நமது நாட்டில் உள்ள மாடப்புறாக்களை போன்று பெரும்பாலும் விதைகள், தானியங்கள் மற்றும் பெர்ரி பழங்களை உணவாக உட்கொள்கிறது. சில நேரங்களில் நிலங்களின் மேற்பரப்பில் இருக்கும் உணவுகளை உட்கொள்ளும்.

இந்த மஞ்சள் கண் புறா குளிர்காலத்தில் துணை வெப்பமண்டலம், வெப்பமண்டல நாடுகளுக்கு வலசை வருகின்றன. இந்தியாவிற்கு

Yellow-eyed Pigeon (Columba eversmanni)

அக்டோபர் மற்றும் நவம்பர் மாதங்களில் வலசை வருகிறது. அதிலும் குறிப்பாக டெல்லி, ராஜஸ்தான், குஜராத், ஜம்மு-காஷ்மீர், ஜோர்பீர் மற்றும் பிகானேர் ஆகிய வடமேற்கு பகுதிகளுக்கு மட்டுமே வருகிறது. இனப்பெருக்கம் செய்ய ஏப்ரல் மாதத்தில் தாயக்கத்திற்கு திரும்பி, தெற்கு கஜகஸ்தான், உஸ்பெகிஸ்தான், துர்க்மெனிஸ்தான், தஜிகிஸ்தான், கிர்கிஸ்தான், ஆப்கானிஸ்தான், வடகிழக்கு ஈரான் மற்றும் வடமேற்கு சீனா ஆகிய பகுதிகளுக்குச் செல்கின்றன. மரத்தின் உச்சியில் துளையிட்டோ அல்லது பயன்படுத்தப்படாத கட்டங்களிலோ கூடு கட்டுகின்றன. கூட்டில் குச்சிகளை அடுக்கி இரண்டு வெள்ளைநிற முட்டைகளை இடுகின்றன.

இதன் அறிவியல் பெயர் - *Columba eversmanni (Bonaparte, 1856)*

Eversmanni – Alexander Eduard Friedrich Eversmann (1794 –1860)

பிரெஞ்சு பறவையியலாளர் சார்லஸ் லூசியன் போனபார்டே (*Charles Lucien Bonaparte*) என்பவர் சனவரி 23ஆம் தேதி பிறந்தார். முதல்முறையாக 1856ஆம் ஆண்டு இந்த புறவைப் பற்றிய விரிவான தகவல்களைத் தந்தார். ஆனால் இந்த இரு சொல் பெயரில் ரஷ்யாவின் தென்கிழக்கில் உள்ள தாவரங்கள் மற்றும்

Eduard Friedrich Eversmann

விலங்குகளை ஆய்வு செய்த ஜெர்மன் உயிரியலாளரும், ஆய்வாளருமான எட்வார்ட் பிரீட்ரிக் எவர்ஸ்மேன் பெயரை வைத்துள்ளனர்.

இவர் 1818 முதல் 1820 வரை தெற்கு யூரல்களில் பயணம் செய்து, இயற்கை மாதிரிகளைச் சேகரித்து, பெர்லின் பல்கலைக்கழகத்தில் விலங்கியல் பேராசிரியர் ஹின்ரிச் லிச்சென்ஸ்டைனுக்கு அனுப்பினார். இந்தப் பயணத்தைத் தொடர்ந்து மத்திய ஆசிய பகுதிகளுக்கு இயற்கை வரலாறு மாதிரிகளை சேகரிப்பதற்காகவே சென்றார். அப்போது மொழி, வரிவிதிப்பு, மக்களின் வாழ்க்கை முறை ஆகியவை பற்றியும் அறிந்து கொண்டார். மேலும் ஒரு வணிகராக மாறுவேடமிட்ட பின்பே பல வரலாற்றுத் தகவல்களைத் தெரிந்து கொண்டார் என்று லிச்சென்ஸ்டீன் எழுதிய இயற்கை வரலாற்று பின் இணைப்பில் குறிப்பிட்டுள்ளார்.

ரஷ்யாவில் கிவாவு என்ற பகுதிக்கு 1825ஆம் ஆண்டில் ஒரு இராணுவக் குழுவுடன் பயணம் செய்தார் எவர்ஸ்மேன். கிவாவுக்கு அருகில் கசான் பல்கலைக்கழகத்தில் விலங்கியல் மற்றும் தாவரவியல் பேராசிரியராக 1828ஆம் ஆண்டில் நியமிக்கப்பட்டார். இந்தக் காலங்களில் ஏராளமான ஆராய்ச்சிக் கட்டுரைகளை

வெளியிட்டார். இதுமட்டுமில்லாமல் இரு பல்லி இனங்களை இவர் கண்டுபிடித்துள்ளார். மேலும் வோல்காவிற்கும் யூரல்களுக்கும் இடையில் ரஷ்யாவின் தென்கிழக்கில் உள்ள தாவரங்கள் மற்றும் விலங்கினங்கள் பற்றிய ஆராய்ச்சியின் முன்னோடியாகவும் திகழ்கிறார்.

மாஸ்டர் ஆஃப் லிபரல் சயின்ஸில் முதுகலை பட்டம் 1814லும், மருத்துவம் மற்றும் அறுவை சிகிச்சை மருத்துவர் பட்டம் (Doctor and master of surgery) 1817லும் பெற்ற பின்பே இத்தனை பயணங்களை மேற்கொண்டு, இத்தனை தரவுகளை நமக்குக் கொடுத்துள்ளார். மருத்துவராக மட்டுமிருந்தால் நமக்கு இத்தனை வரலாற்றுப் பதிவுகள் கிடைத்திருப்பது சந்தேகம் தான்.

இதனால்தானோ என்னவோ இவருடைய இந்த உழைப்பிற்காகவே மேலும் சில பறவைகள், பட்டாம்பூச்சி, அந்துப்பூச்சி மற்றும் பல்லி போன்றவைகளுக்கும் இவருடைய பெயரையே வைத்துள்ளனர். இவர் ஏப்ரல் 14ஆம் தேதி இறந்தார். இன்றைய தலைமுறைகளை மதிப்பெண், வேலை, சம்பளம், குடும்பம் என்று தவறாக வழிநடத்துவதால்தானோ என்னவோ இயற்கையையும் தவற விட்டிருக்கிறோம்.

இந்தப் புறாவும் ஆயிரக்கணக்கில் வலசை வந்துகொண்டிருந்தது, தற்போது சில நூறுகளாக குறைந்து விட்டது. காரணம், தற்போது வேட்டையாடுதல், பூச்சிக்கொல்லி, தட்பவெப்பம் போன்ற காரணங்களால் மேலும் குறைந்து கொண்டே வருவதால், வேகமாக அழிவிற்குள்ளாகக் கூடிய (Vulnerable – VU) பட்டியலில் இதனை வைத்துள்ளனர்.

“ஒரு புறாவுக்கு இவ்வளவு அக்கப்போரா” என்ற 23ஆம் புலிகேசி படத்தில் வடிவேலுவின் பிரபலமான வசனம் ஞாபகம் வருகிறதா? ஆம்; இயற்கையில் எந்த உயிரினமும் எண்ணிக்கையில் அதிகமாகவோ அல்லது குறைவாகவோ இருந்தால் அக்கப்போர் தான். பல்லுயிர் சமநிலை இல்லையென்றால் மற்றவையனைத்தும் அதனால் பாதிக்கப்பட்டு இயற்கைச் சமன்பாடு சீர்குலைந்துவிடும்.

15

காட்டுப் பஞ்சுருட்டான்

மலைப் பகுதிகளுக்குச் சுற்றுலா செல்லும் பொழுது ஒவ்வொரு கடைகளிலும் நாம் "சுத்தமான மலைத் தேன் கிடைக்குமா?" என்று விசாரிக்கிறோம் அல்லது நம் வீட்டில் கைக் குழந்தைகள் இருந்தாலோ அல்லது ஏதேனும் நோய்க்கு மருந்தாக சுத்தமான தேன் போன்றவை தேவைப்படும்போது மட்டும் தேனை தேடுகின்றோம்.

மனிதர்களின் தேவையைப் பூர்த்தி செய்ய பல குடிசைத் தொழில்களில் தேனீ வளர்ப்பும் ஒன்று. தேனீக்கள் பூக்களில் இருந்து இயற்கையாகச் சேகரிக்கும் தேன் மருத்துவத்திற்கு பயன்படுகிறது. ஆனால் வளர்ப்புத் தேனீக்களில் கிடைக்கும் தேன் அதுபோன்று கிடையாது. தேனீக்களை வளர்ப்பவர்களில் சிலர் சர்க்கரைக் கரைசலை உணவாகக் கொடுக்கிறார்கள். இதனால் நமக்கு சத்துள்ள தேன் கிடைப்பது அரிதாகிறது. அதனால் தான் சத்துள்ள தேனை நாம் மலைப்பகுதிகளுக்குச் செல்லும்போது தேடுகின்றோம், மேலும் சர்க்கரைக் கரைசலைக் கொடுப்பதன் மூலம் மிகவும் முக்கியமாக இயற்கையின் உணவுச்சங்கிலியில் அதனுடைய செயல்பாடுகளான மகரந்தச் சேர்க்கை தடைபடுகின்றது. இதனால் தாவரங்களில் நோய் எதிர்ப்பு போன்ற வீரியம் குறைந்தும், ஒரு சில தாவர இனங்களையும் இழந்தும் வருகின்றோம்.

இத்தகைய தேனீக்களை உணவாக உண்பதால் இப்பறவைகளுக்கு ஆங்கிலத்தில் Bea Eater என்று பெயரிட்டுள்ளனர். இதில் நாம் இங்கு பார்க்க இருப்பது Blue-bearded Bee-eater. தொண்டையின் இறகுகள் நீண்டுபோகும்போது அவை தாடியுடன் தோற்றமளிப்பதே இப்பெயருக்கு காரணம்.

ஆண் பறவைகளும் பெண் பறவைகளும் ஒரே மாதிரி தோன்றினாலும், ஆண் பறவைகளின் நீலத் தொண்டை இறகுகளில், பெண் பறவைகளை விட அதிகமான புற ஊதா பிரதிபலிப்பு காணப்படுகிறது.

Blue-bearded bee-eater (Nyctyornis athertoni)

இந்தியாவில் மேற்குத் தொடர்ச்சி மலைகளிலும், வங்கதேசம், பூட்டான், கம்போடியா, சீனா, லாவ்ஸ், மியான்மார், நேபாள், தாய்லாந்து மற்றும் வியட்நாம் ஆகிய நாடுகளில் இதனைக் காணலாம். மாலைநேரத்தில் மின்கம்பிகளில் வரிசையாக அமர்ந்து பூச்சிகளின் வருகைக்காகக் காத்திருக்கும். மறைந்து கொண்டிருக்கும் சூரிய ஒளியில் அவை ரம்மியமாக காட்சியளிப்பதைக் கண்டு ரசிக்கலாம். ஆனால் தற்போது தேனீக்கள் அழிந்து வருகின்றன.

ஆங்கில பொதுப்பெயர் - *Blue-bearded bee-eater*

இதன் அறிவியல் பெயர் *Nyctyornis athertoni (Jardine & Selby, 1830)*

Athertoni - Lt. Jeptha Atherton (1797–1827)

லியூட்டின் ஜான் அதெர்டன் என்பவரின் பெயரை இதற்கு வைத்துள்ளனர். திருமதி பி.ஜே.செல்பியின் மருமகன் சர் வில்லியம் ஜார்டினுடன் இணைந்து 1828இல் வெளியிடப்பட்ட "பறவையியலின் விளக்கப்படங்கள்" *(Illustrations of Ornithology, Series 1, Volume 2 part 4, November 1828, plate 58)* என்ற புத்தகத்தில் பறவை இனங்களை இவர் விவரித்துள்ளார்.

காட்டுப் பஞ்சுருட்டானை பெங்களூர் ஆட்சியாளரின் உதவியுடன் கண்டறிந்தார் எனவும், அடர்ந்த காடுகளில், இரவில் உணவு உண்கிறது எனவும், மேலும் இதனுடைய சப்தம் அல்லது அழைப்பு "கர்ர், கர்" அழைப்புகளுடன் சத்தமாக இருந்தது எனவும் இப்பறவை பற்றிய குறிப்புகளில் கடிதமாக எழுதி செல்பி என்பவருக்கு அனுப்பியுள்ளார் அடெர்டன். லியூட்டின் ஜான் அதெர்டனின் புகைப்படம் கிடைக்கவில்லை என்பது வருத்தமே.

தேனீக்கள் தாவரங்களின் அயல்மகரந்தச் சேர்க்கையில் முக்கிய பங்கு வகிக்கின்றன. சில நாடுகளில் தேனீக்களையே மக்கள் உணவாகவும் உண்ணுகின்றனர். தேனீக்கள் இயற்கையான எதிர்களிடமிருந்து தங்களைக் காப்பற்றிக்கொள்ள கொடுக்கில் விசம் இருக்கும்படி தகவமைப்பு பெற்றுள்ளன. ஆனால் மனிதர்களின் செயற்கை நடவடிக்கைகளான விவசாய நிலங்களில் பல்வேறு விதமான இரசாயனங்கள், வேதிப் பூச்சிக்கொல்லி போன்றவற்றால் வேகமாக அழிந்து வருகிறது.

இச்செயல்களைத் தவிர்த்து, பூக்கும் தாவரங்களைப் பாதுகாத்தால், செயற்கையாக தேனீ வளர்ப்பதைக் கட்டுப்படுத்தி இயற்கையாகவே தேனீக்கள் எண்ணிக்கையில் தக்கவைக்கலாம். இதன் மூலம் இயற்கையாகவே சேகரிக்கப்பட்ட தரமான தேனும் கிடைக்கும், தேனீக்களை உண்ணும் பஞ்சுருட்டான் போன்ற பாதுகாப்பாக இருக்கும் பறவைகளும் அழியாமல் தொடர்ந்து இதே போல் தக்கவைத்துக் கொள்ளலாம். நாமும் நமது அடுத்த தலைமுறைகளும் தரமான உணவுகளைப் பெற்று இயற்கையை ரசித்து ஆரோக்கியமாக வாழலாம்.

16

குளத்துக் கொக்கு

சென்னை-28 திரைப்படத்தில் வரும் வாலியின் பாடல் வரிகள்

"காதல் வரம் நான் வாங்க
கடைக் கண்கள் நீ வீச
கொக்கைபோல நாள்தோறும்
ஒற்றைக் காலில் நின்றேன் கண்மணி"

கொக்குகள் மட்டுமல்ல; நாரைகளும் நீர்நிலைகளில், விவசாய நிலங்களில் ஒற்றைக் காலில் நீண்ட நேரம் நின்று கொண்டிருப்பதைப் பார்க்கலாம். மனிதர்களுக்குப் பல காரணங்கள் இருக்கலாம். ஆனால் பறவைகள் எதற்காக ஒற்றைக் காலில் நிற்கின்றன?

நீர் நிலைகளிலும் அதனை ஒட்டிய பகுதிகளிலும் இரைதேடும் இந்தக் கொக்கை உற்றுநோக்கினால் மட்டுமே கண்டுபிடிக்க முடியும். காரணம், அதன் வாழ்விடத்துடன் ஒன்றிய நிறங்களில் இது இருப்பதால் எளிதில் கண்டறிய இயலாது. கொக்கின் வெண்மையான இறக்கைகளை உள்ளடக்கிய முதுகுப்பகுதி பழுப்பு நிறத்தில் மூடி இருக்கும், பறக்கும்போது இதன் வெண்ணிறச் சிறகுகளைப் பார்க்கலாம். இப்பறவையின் கழுத்து குறுகிக் காணப்படும்.

குளத்துக் கொக்கு இந்தியா, பங்களாதேஷ், பூட்டான், ஈரான், மாலத்தீவு, மியான்மர், நேபாளம், ஓமன், பாகிஸ்தான், இலங்கை, தாய்லாந்து, ஐக்கிய அரபு எமிரேட்ஸ் மற்றும் யேமன் ஆகிய நாடுகளில் காணப்படுகிறது. அனைத்து விதமான நீர்நிலைகளிலும் காணப்படும் இப்பறவை மீன், தவளை, நண்டு, பூச்சிகள் போன்ற உயிரினங்கள் கரைக்கு வரும் வரை அசையாமல் நீண்ட நேரம் காத்திருந்து அருகில் வந்த அடுத்த நொடி வாய்ப்பைப் பயன்படுத்தி பிடித்து விழுங்கிவிடும்.

இந்தக் குறிப்பிட்ட கொக்கு கிராமப்புறங்களில் மடையான், குளக்கொக்கு, குருட்டுக்கொக்கு என்றும் பல்வேறு பெயர்களில் அழைப்பார்கள். கொக்குகள் தங்களது இரைக்காக நீண்டநேரம்

காத்திருப்பதால் கால்களிலிருந்து இதயத்திற்கு ரத்தத்தைச் சுத்திகரிக்க திருப்பி எடுத்து செல்லும் ரத்த நாளச் சிறையானது, இதயத்திலிருந்து சுத்திகரித்த ரத்தத்தை எடுத்து கால்களுக்கு வரும் தமனி நாளத்துடன் தொடர்பில் இருப்பதால் குளிர்ந்த சிரை நரம்புகளும் வெப்பமாகுகின்றன. இதனால் பறவைகளின் மொத்த உடம்பின் வெப்பமும் அதிகரிக்கிறது. இதனை தடுக்கவே ஒற்றைக்காலில் நிற்கும் தகவமைப்பைக் கொண்டிருக்கின்றன. இந்தத் தகவமைப்பின் மூலம் 50 சதவிகிதம் வெப்பம் உடம்பில் அதிகரிப்பதைத் தடுக்கிறது.

அந்த கொக்கு வகையில் ஒன்று தான் Indian Pond-heron.

இதன் அறிவியல் பெயர் *Ardeola grayii (Sykes, 1832).*

grayii -John Edward Gray, FRS (1800 –1875)

ஜான் எட்வர்டு கிரே பிப்ரவரி 12ஆம் நாள் பிறந்தார். இங்கிலாந்தை சார்ந்த விலங்கியல் நிபுணர். கிரே வால்சலில் பிறந்தார். ஆனால் இவரது குடும்பம் இலண்டனுக்குக் குடிபெயர்ந்தது. இலண்டனில் கிரே மருத்துவம் பயின்றார். இவருடைய தந்தை 1821இல் பிரிட்டிஷ் தாவரங்களைப் பற்றி தரவுகள் சேகரித்து எழுதினார். அதற்கு ஜான் எட்வர்டு கிரே

Indian Pond-heron (Ardeola grayii)

உதவினார். இலண்டனின் லின்னேயன் சமூகத்தினால் நிராகரிக்கப்பட்ட பின்னர், கிரே தனது ஆர்வத்தை தாவரவியல் பாடத்தை தொடராமல் ஆங்கிலேயர்களுக்காகப் பூச்சிகளைச் சேகரிக்க 15 வயதில் முன்வந்து தனது விலங்கியல் வாழ்க்கையைத் தொடங்கினார்.

ஜான் ஜார்ஜ் சில்ட்ரன் ஊர்வன சேகரிப்பைப் பட்டியலிட உதவுவதற்காக கிரே 1824இல் அதிகாரப்பூர்வமாக விலங்கியல் துறையில் சேர்ந்தார். தனது ஆரம்பக் கட்டுரைகளில் சிலவற்றில், மெல்லுடலி (1824), பட்டாம்பூச்சிகள் (1824), முட்தோலி (1825), ஊர்வன (1825) மற்றும் பாலூட்டிகள் (1825) ஆகியவற்றின் வகைப்பாடுகளுக்காக வில்லியம் ஷார்ப் மேக்லேயின் குயினேரியன் முறையை கிரே ஏற்றுக்கொண்டார்.

கிரே 1826இல் மரியா எம்மா சுமித்தை மணந்தார். சுமித், கிரேயின் ஆய்வுப் பணிகளுக்கு, குறிப்பாக தனக்கு இருக்கும் ஓவியத் திறன் மூலம் கணவரின் ஆய்விற்கு பெரும்பங்காற்றினார்.

கிரே 1840 முதல் 1874 கிறிஸ்துமஸ் வரை இலண்டனில் உள்ள பிரித்தானிய அருங்காட்சியகத்தில் விலங்கியல் பராமரிப்பாளராகப் பணியாற்றிய 50 ஆண்டுகளில், 1,000க்கும் மேற்பட்ட ஆவணங்களை வெளியிட்டார். இதில் விலங்குக் குழுக்களின் விரிவான விளக்கங்கள் மற்றும் புதிய உயிரினங்களின் விளக்கங்களும்

John Edward Gray, FRS

அடங்கும். இவர் விலங்கியல் சேகரிப்புகளை மேம்படுத்தியதின் விளைவாக உலகெங்கிலும் உள்ள சேகரிப்பாளர்கள் அருங்காட்சியகத்திற்கு பல மாதிரிகளை வழங்கினர். ஆதலால் உலகின் மிகச் சிறந்த அருங்காட்சியகமாக அது மாறியது. இவர் பல கடற்பாலூட்டிகளுக்கு சிற்றினம், பேரினம், துணைக்குடும்பம் மற்றும் அதன் குடும்பங்களுக்குப் பெயரிட்டுள்ளார். பின்பு பறவைகளைப் பற்றிய தரவுகள் சேமிப்பை தன் தம்பி மற்றும் சகா ஜார்ஜிடம் விட்டுவிட்டார்.

சாம்பல் நத்தை, மெல்லுடலிகள் ஆகியவை பற்றி தீவிரமாக ஆய்வுகளை மேற்கொண்ட இவர், பூச்சியியல் வல்லுநர் எலிசா ஃபன்னி ஸ்டேவ்லி என்பவருடன் இணைந்து செயல்பட்டார். இலண்டனின் லின்னேயன் மற்றும் விலங்கியல் சங்கங்களுக்கு இவர் தயாரித்த ஆராய்ச்சி மற்றும் வாசிப்பு ஆவணங்களைக் கொடுத்து உதவினார். கிரே மார்ச் 7ஆம் நாள் இறந்தார். அவர் 300க்கும் மேற்பட்ட இனங்கள் மற்றும் ஊர்வனவற்றின் கிளையினங்களை வகைபிரித்து விவரித்துள்ளதால் கர்னல் டபிள்யூ எச்.சைக்ஸ் முதன்முதலில் 1832இல் இந்தக் கொக்கை விவரித்து John Edward Gray என்பவரின் பெயரை வைத்தார். இந்த குறிப்பிட்ட கொக்கைத் தவிர ஒன்பது உயிரினங்களுக்கு இவருடைய பெயரை வைத்துள்ளனர்

நமக்கு ஏதாவது கண்டிப்பாக வேண்டும் என்று அடம்பிடித்து வாங்கும் போது “வேணும்னு ஒத்த கால்ல நிக்கிறாங்க” என்று திட்டு வாங்கியிருப்போம். அடம் பிடிப்பதும் ஒரு வித தகவமைப்பாகக் கருதினாலும், இனிமேல் பறவைகளைப் போல பயனுள்ள வகையில் ஒற்றைக்காலில் நின்று அடம்பிடிப்போம்.

17

கூம்பலகன்

இவ்வுலகில் ஒவ்வொரு கண்டுபிடிப்புகளும் தனது சூழலை கவனித்து கேள்விகள் கேட்பதிலிருந்தும், அதற்கான பதில்களைத் தேடுவதிலிருந்தும் கிடைக்கின்றன. அதில் தற்போதும் விவாதப் பொருளாகவே உள்ள உயிரினங்களின் தோற்றம் மற்றும் பரிணாம வளர்ச்சி தவிர்க்கமுடியாதது. அதற்கான பதில்களைத் தேடும்போது கிடைத்ததுதான் கூம்பலகனின் அலகு வடிவங்களில் ஏற்பட்ட மாற்றங்கள்.

பரிணாம வளர்ச்சி பற்றி சார்லஸ் டார்வின் எழுதிய "உயிரினங்களின் தோற்றம்" என்ற நூல் பற்றி அனைவரும் அறிந்ததே. அதன் அடிப்படையில் எப்படி ஒரு உயிரினம் உடல் அமைப்பில் மாறுபடுகிறது என்பதை ஒரு பறவையின் அலகைக் கவனித்துக் கண்டறிந்தார். இயற்கையில் ஏற்படும் சில மாற்றங்களால் உயிரினங்களுக்கு உணவுப் பற்றாக்குறை ஏற்பட்டு எளிதாகக் கிடைக்கும் உணவுகளை உட்கொள்ள ஆரம்பிக்கின்றன. அதன் விளைவாக அதன் உடலில் சில மாற்றங்கள் நிகழ்கின்றன.

குறிப்பிட்ட இனங்கள் இப்பூமியில் தங்கள் இனங்களை நிலைநிறுத்த மாற்றங்களுக்குத் தகுந்தாற் போல் தங்களை தகவமைத்துக் கொள்கின்றன. அதில் மிக முக்கியமான பறவைகளில் ஒரு இனம்தான் பின்ச் (Finch species), ஆதலால் 'டார்வின் பின்ச்' என்று குறிப்பிடுகின்றனர் விஞ்ஞானிகள்.

கூம்பலகன் தகவமைப்பு

கூம்பலகன்களில் மொத்தம் 27 இனங்கள் உள்ளன. கூம்பலகன்கள் வடக்கு ஆப்கானிஸ்தானில் இருந்து மேற்கு இமயமலை வரை காணப்படுகிறது. அதன் வாழ்விடங்கள் மிதமான காடுகள் மற்றும் போரியல் புதர் நிலங்கள் ஆகும். இது உயர்ந்த மலைப் பகுதிகளில் ஊசியிலையுள்ள காடுகளில் அல்லது மரக்கட்டைகளுக்கு மேல் காணப்படும். குளிர்காலத்தில் தோப்புகளுக்கு இடம் பெயர்கின்றன.

இதன் அறிவியல் பெயர் *Carpodacus grandis (Blyth, 1849)*, ஆங்கிலப் பெயர் *Blyth's Rosefinch*.

பிலித் கூம்பலகன் ஒப்பீட்டளவில் பெரிய, கனமான, வெளிர் அலகை கொண்டது. ஆண் புருவம் மற்றும் கன்னங்கள் மந்தமான இளஞ்சிவப்பு கீழ் பகுதிகள் உள்ளன. பெண் பறவையானது ஒட்டுமொத்தமாக பழுப்பு நிறத்தில் வலுவான கோடுகள் மற்றும் வெளிறிய, லேசான கோடுகள் கொண்ட புருவத்துடன் இருக்கும்.

கூம்பலகன் பலுசிஸ்தானில், வட-மேற்கு எல்லைப்புற மாகாணத்தில் 2400 முதல் 3500 மீட்டர் வரையிலும், கில்கிட்டில் 3700 மீட்டர் வரையிலும், லடாக் மற்றும் லாஹுல் 3400 முதல் 3800 மீட்டர் வரை உயரம் உள்ள பகுதிகளில் இனப்பெருக்கம் செய்கிறது.

Blyth's Rosefinch (Carpodacus grandis)

தாவரங்களின் திறந்த இலை மொட்டுகள், பூ மொட்டுகள், பழங்கள் மற்றும் இலையுதிர் மரங்களின் விதைகள், புதர்கள் மற்றும் மூலிகைகளை முக்கிய உணவாக உட்கொள்கின்றன.

இப்பறவைக்கு விலங்கியலாளர் **எட்வர்ட் பிளைத்** என்பவரின் நினைவாக இப்பெயர் வைக்கப்பட்டுள்ளது உள்ளது. இவர் 1810ஆம் ஆண்டு டிசம்பர் 23ஆம் தேதி பிறந்தார். இவர் கொல்கத்தாவில் உள்ள இந்திய ஆசிய சமூகத்தின் விலங்கியல் அருங்காட்சியகத்தில் 1841ஆம் ஆண்டு பொறுப்பாளராகப் பணியில் அமர்ந்தார். ஒரு வகைப் பாட்டியலராகவும், களஆய்வாளராகவும் பிளைத், டார்வினின் கவனத்தை ஈர்த்தார்.

அங்கு அவருக்கு அளிக்கப்பட்ட ஊதியம் மிகவும் குறைவாக இருந்தது. எனவே, பத்திரிக்கைகளில் எழுதுவது போன்ற வேலைகளைத் தன் வாழ்வாதாரத்தினை உயர்த்தும் பொருட்டு அவர் செய்துவந்தார். இதைத் தவிர பன்னாட்டு ஆய்விதழான இயற்கை வரலாறு புத்தகத்தில் பல்வேறு பறவைகள் குறித்த ஆய்வுகளை வெளியிட்டார். டார்வின் தம் இயற்கையியல் தேர்வு (Natural Selection) ஆய்வுக் கட்டுரையில் 1857இல் கல்கத்தா ரிவ்யூ என்ற புத்தகத்திற்கு இவர் எழுதிய ஆய்வுக் கட்டுரையை மேற்கோள் காட்டியிருப்பது குறிப்பிடத்தக்கது. இந்தக் காலகட்டத்தில் டார்வினுடன் பிளைத் கடிதங்கள் மூலம் வைத்துக்கொண்ட தொடர்பு மிகவும் முக்கியமாகக் கருதப்படுகிறது.

Edward Blyth

அருங்காட்சியகத்தில் பிளைத் பணியிலிருந்த காலத்தில், அங்கிருந்த விலங்கியல் சேகரிப்பை அவர் பெரிதும் வளப்படுத்தியிருந்தார். அது அதிகப் பார்வையாளர்களை அங்கு ஈர்த்தது. 'உயிரினங்களில் செயற்கைத் தேர்வு' என்ற கருத்தியல் சார்ந்து பிளைத் எழுதிய மூன்று ஆய்வுக் கட்டுரைகள் 'இயற்கை வரலாறு' புத்தகத்தில் வெளியிடப்பட்டன. அக்கட்டுரைகளில் மாறுபாடு, இயற்கைத் தேர்வு, மரபுப் பெறுகை, தக்கன பிழைத்தல் போன்ற கருத்தியல்களைக் கூறியிருந்தார்.

மொத்தம் நான்கு புத்தகங்களை இவர் எழுதியுள்ளார். அதில் பர்மாவில் உள்ள பாலூட்டிகள் மற்றும் பறவைகளின் பட்டியல், கொக்குகளின் இயற்கை வரலாறு ஆகிய இரண்டு நூல்கள் அவர் இறந்த பிறகு வெளியிட்டனர். இவர் 27ஆம் தேதி டிசம்பர் மாதம் 1873ஆம் ஆண்டு இறந்தார்.

தமிழ்நாட்டில் காணப்படும் பறவைகளான, பிளைத் நாணல் கதிர்குருவி, பிளைத் நெட்டைக்காலி ஆகியவற்றிகும் இந்தியாவின் பிற பகுதிகளில் காணப்படும் பறவைகளான *Blyth Leaf warbler, Blyth Olive bulbul, Blyth parakeet, Blyth shrike-babbler, Blyth tragopan, Blyth Kingfisher* ஆகியவற்றிகும் உலகின் பிற பகுதிகளில் காணப்படும் பறவைகள் -- *Blyth hawk-eagle, Blyth Frogmouth*, பிளைத் இருவாயன் ஆகியவற்றிற்கும் இவருடைய பெயரையே வைத்துள்ளனர்.

பிளைத்தின் பெயர் தாங்கிய உயிரினங்கள்:

பாம்புகள் - *Blythia reticulata, Rhinophius blythii*

அரணை - *Eumeces blythianus*

பல இன்னல்களுக்கு இடையிலும், விமரிசனங்களைக் கடந்தும் பறவைகளை பற்றிய ஆய்வுகளுக்கு மரியாதை செலுத்தும் விதமாக இவருடைய பெயரை கூம்பலகன் என்ற பறவைக்கும் வைத்துள்ளனர். மொத்தம் 13 பறவைகளுக்கு இவருடைய பெயரை வைத்துள்ளதிலிருந்தே தெரிகிறது இவருடைய உழைப்பு.

18

பக்கி

பக்கி என்று திட்டியிருப்போம், அதுபோல சில நேரங்களில் திட்டும் வாங்கியிருப்போம். இந்த வார்த்தையை அர்த்தமே தெரியாமல் திட்டுவதற்கு ஏன் பயன்படுத்தினார்கள் எனத் தெரியவில்லை. ஆனால் இது ஒரு பறவை இனத்தின் பெயர். பக்கி ஒரு இரவாடிப்பறவை. இந்த இனத்தில் மட்டும் மொத்தம் 97 வகைகள் உள்ளன. இதில் ஐந்து வகை தமிழ் நாட்டில் உள்ளன.

இந்த குறிப்பிட்ட பக்கி வகை பறவைகள் பிப்ரவரி முதல் மே மாதம் வரை இலங்கைப் பகுதியில் இனப்பெருக்கம் செய்கின்றன. சிறு செடிகள் முளைத்துள்ள சிற்றோடைக் கரையில் தரையில் காய்ந்த இலைதழைகளைக் குவித்து 2 முட்டைகள் வரை இடுகின்றன.

பசுமை மாறாக் காடுகளையும், புதர்க் காடுகளையும் சார்ந்து மலைகளில் 2000மீட்டர் உயரம் வரையிலும் ஆங்காங்கே காணலாம். பழுத்து உதிர்ந்து கிடக்கும் இலைகளிடையே உருமறை தோற்றத்தோடு எளிதில் பார்வைக்குப் புலப்படாத படியாக சுற்றுச் சூழலோடு ஒன்றிப்போய் பகலெல்லாம் படுத்திருக்கும். ஒரே இடத்தில் கூட்டமாகப் பத்துப் பன்னிரண்டு பறவைகள் கூடக்

Jerdon's Nightjar (Caprimulgus atripennis)

குழுவாக இருக்கக் காணலாம். மரக்கிளைகளில் குறுக்காகவும் நெடுக்காகவும் படுத்தபடி சயுங், சயுங் என உரக்கச் சம்மட்டியால் அடிக்கும்போது எழும் ஒலி போல குரல் கொடுக்கும். அறிவியல் பெயர்: *Caprimulgus atripennis (Jerdon, 1845).*

இதில் ஒருவகை தான் Jerdon's Nightjar

Jerdon - Thomas Caverhill Jerdon (1811 –1872)

வில்லியம் ஜார்டைன் அக்டோபர் 12ஆம் நாள் இங்கிலாந்தில் பிறந்தார். இவர் விலங்கியலாளர், தாவரவியலாளர், மருத்துவரும் ஆவார். இயற்கை வரலாறு படிக்க 1828ஆம் ஆண்டு எடின்பெர்க் பல்கலைக்கழகத்தில் சார்லஸ் டார்வினைப் போன்றே இயற்கையில் ஆர்வமுடைய பேராசிரியர் ராபர்ட் ஜேம்சன் என்பவரிடம் சேர்ந்தார். அதே நேரத்தில் மருத்துவமும் முடித்த இவரை கிழக்கு இந்திய கம்பெனி 1836ஆம் ஆண்டு சென்னையில் வேலைக்கு அமர்த்தியது.

இவர் இந்தியாவுக்கு வந்த பிறகு பறவைகளைச் சேகரித்து அதன் உடல்களைப் பதப்படுத்தத் துவங்கினார். துவக்கத்தில் தான் சேகரித்த பறவைகளின் பதப்படுத்தப்பட்ட உடல்களை அடையாளம் காண ஸ்காட்லாந்து பறவையியலாளர் வில்லியம் ஜார்டைனுக்கு கப்பலில் அனுப்பிவைத்தார். அவரிடம் சென்றடைவதற்குள் இந்த பதப்படுத்தப்பட்ட பறவையின்

Thomas Caverhill Jerdon

உடல்கள் பூச்சிகளால் சிதைந்துபோயின. இதன் பிறகு வேறு வழியின்றி தான் சேகரிக்கும் உயிரினங்களை தானே உற்றுநோக்கிக் குறிப்பெடுக்கத் துவங்கினார். இவரின் குறிப்புகளைப் பயன்படுத்தி 420 பறவைகளைப் பற்றி விரிவாக எழுதி "கேட்லாக் ஆப் தி இந்தியன் பெனின்சுலா (Catalogue of the Indian Peninsula)" என்ற நூலை 1840 ஆம் ஆண்டில் வெளியிட்டார்.

பின்பு 1841ஆம் ஆண்டு நீலகிரியில் பணியை தொடங்கியது முதல் நீலகிரியிலும், நான்கு வருடங்கள் தக்காண பீடபூமி பகுதிகளில் கள ஆய்வு மேற்கொண்டு 1847இல் சென்னையில் “இல்லஸ்ட்ரேஷன்ஸ் ஆப் இந்தியன் ஆர்னிதாலஜி (Illustration of Indian Ornithology)” என்ற புத்தகத்தை வெளியிட்டார்.

அறுவை சிகிச்சை நிபுணராக திரும்பவும் சென்னையில் அக்டோபர் மாதம் 1858 இல் பணியாற்றிய பொழுது உடல் நிலை சரி இல்லை என்று விடுப்பு எடுத்துக்கொண்டு டார்ஜிலிங் சென்றார். ஹிமாலயாவில் உள்ள விலங்குகளைப் பற்றிய தகவல்களைச் சேகரித்தார். பின்பு பர்மாவிற்கு இடமாற்றம் செய்யப்பட்டார், அங்கிருக்கும் விலங்குகளையும் சேகரித்தார், அந்தப் பகுதி பற்றித் தெரிந்து கொள்ள இந்த வாய்ப்பைப் பயன்படுத்திக் கொண்டார்.

ஜெர்டன் பணி ஓய்வுபெற்று 1862இல் இங்கிலாந்து திரும்பினார். அங்கே “தி பேர்ட்ஸ் ஆப் இந்தியா(The birds of India I & II)” என்ற நூலை இரண்டு தொகுதிகளாக வெளியிட்டார். இதற்குப் பிறகு இந்தியாவில் பறவைகளைப் பற்றி வெளியிடப்பட்ட புத்தகங்களுக்கு இந்த நூலே முன்னோடியாக அமைந்தது.

பெர்விக்ஷயர் இயற்கை வரலாற்றுக் கழகம் 1871இல் உறுப்பினராக இணைந்தார். உடல் நிலை குறைபாடு காரணமாக அதே ஆண்டு சூன் 12ஆம் நாள் இறந்தார். இறப்பிற்கு சில மணி நேரங்களுக்கு முன் வரை அவருடைய நண்பருடன் பறவைகளைப் பற்றியே பேசியுள்ளார்.

இவருடைய இந்த அர்ப்பணிப்புக்காகவே சில பறவைகளுக்கும் கருங்கொண்டை வல்லூறு, பச்சைக்குருவி இனம், வானம்பாடி, கல் குருவி மற்றும் புதர்ச்சிட்டு ஆகிய பறவைகளுக்கும், மூன்று வகையான பல்லிகளுக்கும், மூன்று வகையான பாம்புகளுக்கும் ஜோர்டன் பெயரை வைத்து அழைத்து மரியாதை செலுத்தி வருகிறோம்.

முக்கியமாக இந்த பக்கிகள் இரவாடிப் பறவைகளாகும். இவை இரவில் சுற்றித்திரியும் புழு பூச்சிகள் மற்றும் பறக்கும் இறக்கையுள்ள பூச்சிகள் ஆகியவற்றை இரையாக உண்டு வாழ்கிறது. பக்கிகள் மட்டுமில்லை; இதுபோல் பல விலங்கினங்களின் பெயர்களை நாம் தவறான உதாரணத்திற்காகவும், மூடநம்பிக்கைகளின் குறியீடாகவும், வெறுப்புக்கான வார்த்தைகளாகவும் சித்தரித்து வைத்துள்ளோம். இனிமேல் இதுபோன்ற செயல்களைத் தவிர்ப்போம். மாறாக, இயற்கையை புரிந்துகொண்டு இவற்றினை விரும்பி இரசித்துப் பாதுகாப்போம்.

19

டிக்கெல் நீலநிற ஈப்பிடிப்பான்

ஆனைக்கட்டி பறவைகள் ஆராய்ச்சி மையத்தில் பணிபுரிகிறோம் என்பதால் அவ்வப்போது பறவைகளை புகைப்படம் எடுக்க காட்டுக்குள் செல்வது வழக்கம். நானும் நண்பரும் பறவை நோக்குவதற்காக சிறிது தூரம் காட்டுக்குள் சென்றோம்.

காட்டுக்குள் ஓடும் அழகிய சிற்றோடையும், அருகருகே அடர்ந்த மரங்களைக் கொண்டு பசுமைப்பரப்புடன் விளங்கும் அழகிய சூழலில், மற்ற மனிதர்களின் தொந்தரவு இன்றி பழங்குடியினர் மட்டுமே நடைபாதையாகப் பயன்படுத்தும் இடம் இருள் சூழ்ந்தும், தட்டான், சிறு சிறு பூச்சிகள், நீர் நில வாழ்விகளான பாம்பு, தவளை, போன்ற பல உயிரினங்கள் வாழுமிடமாகக் காட்சியளித்த அவ்விடம், அமைதியாகவும் இருந்தது. அதனால் ஒரு பறவையின் கீச்சுக்குரல் மட்டும் கவனத்தை ஈர்த்தது. சத்தம் வந்த பகுதியில் நாங்கள் பார்வையைச் செலுத்தியபோது மகிழ்ச்சியடைந்தோம்.

Tickell's blue flycatcher (Cyornis tickelliae)

பிரகாசமான நீல புருவம், தோள்பட்டை, பின் தொடை மற்றும் வால் நீல நிறத்திலும், தொண்டைக்கு கீழ்ப்பகுதி சிவப்பு வண்ணத்திலும், அடிப்பகுதிகள் வெண்மையாகவும் காணப்பட்டது. இயற்கையில் என்ன அழகு வண்ணங்கள். நண்பரும் புகைப்படங்களை எடுத்தார். இது தான் "திக்கெல் நீல ஈப்பிடிப்பான்" வெப்பமண்டல ஆசியாவில், இந்தியத் துணைக் கண்டம் முதல் கிழக்கு நோக்கி வங்காளதேசம் மற்றும் மேற்கு மியான்மர் வரையும் இச்சிறுபறவை காணப்படுகிறது.

டிக்கெல் நீல ஈப்பிடிப்பான் 11 - 12 சென்டிமீட்டர் நீளமுடைய சிறிய பறவையாகும். முக்கியமாகப் பறக்கும் பூச்சிகளை, அதனுடன் பறந்து சென்றே பூச்சிகளைப் பிடித்து உணவாக உண்ணுகின்றன. இவற்றின் உணவில் கரையான்கள் மற்றும் விட்டில்பூச்சிகள் போன்ற பிற பூச்சிகளும் அடங்கும். தற்போது நிகழும் பல்வேறு சூழல் சீர்கேடுகளால் இவை இப்போது குப்பை கொட்டப்படும் இடங்களில் இரைதேடி அலைவதை வருத்தத்துடன் அவதானித்து வருகின்றனர்.

திக்கெல் நீல ஈப்பிடிப்பான் வறண்ட காடு, புதர், மூங்கில் மற்றும் தோட்டங்களில் ஏப்ரல் முதல் ஆகஸ்ட் வரை, இலங்கையில் மார்ச் முதல் ஜூன் வரை இனப்பெருக்கம் செய்கிறது. இது மரத்தின் துளை அல்லது பாறைகளுக்கு இடையில் புல் மற்றும் இலைகளை அடுக்குகளாக அமைத்து மூன்று முதல் ஐந்து முட்டைகள் வரை இடும். இலங்கையில் ஒரு புதர் தவளை இதன் உணவாக அறியப்பட்டுள்ளது.

இந்தியா மற்றும் மியான்மரில் பறவைகள் சேகரித்த இங்கிலாந்து பறவையியலாளர் சாமுவேல் டிக்கெல்லை நினைவுபடுத்தும் விதமாக ஆங்கிலத்தில் Tickell's blue flycatcher என்றும் அறிவியல் பெயராக *Cyornis tickelliae* (Blyth, 1843) என்றும் இதற்குப் பெயரிடப்பட்டது.

கர்னல் சாமுவேல் ரிச்சர்ட் டிக்கெல் ஒரு பிரிட்டிஷ் இராணுவ அதிகாரி. இவர் ஒரு கலைஞராகவும், மொழியியலாளர் மற்றும் பறவையியல் வல்லுநராகவும் இருந்துள்ளார். இவர் ஆகஸ்ட் 19, 1811இல் இந்தியாவின் கட்டாக்கில் பிறந்தார். இவரது தந்தை லெப்டினன்ட் ஜெனரல் ரிச்சர்ட் டிக்கெல். கர்னல் சாமுவேல் ரிச்சர்ட் டிக்கெலுக்கு 16 வயதாக இருந்தபோது அவரது தந்தை கடுமையான நோயால் இறந்தார். சாமுவேல் மூன்று ஆண்டுகளுக்குப்

பிறகு, 19 வயதில் இந்தியாவுக்குத் திரும்பி, வங்காளத்தில் உள்ள காலாட்படையிலும், இந்தியாவிலும் பர்மாவிலும் பிரிட்டிஷ் இராணுவத்திலும் பணியாற்றினார். பின்னர் கர்னல் பதவிக்கு உயர்ந்தார். இவர் தனது ஓவியங்களின் மூலம், தான் தங்கியிருந்த இடங்களில் வாழ்ந்த விலங்கினங்களை விவரிப்பதற்கு ஓய்வு நேரத்தைப் பயன்படுத்தினார். இவர் மொழிகள் பற்றிய தரவுகள் சேகரிப்பிலும் ஆர்வம் கொண்டிருந்தமையால் ஆய்வுகள் மேற்கொண்டு ஹோ மொழியின் இலக்கண அமைப்பு பற்றிய தொடர் கட்டுரைகளை எழுதியுள்ளார்.

பிரிட்டானியக் கடற்கரையில் மீன்பிடிக்கும்போது இவர் கண் வீக்கத்தால் பாதிக்கப்பட்டு 1870இல் இரு கண்களின் பார்வையும் இழக்க நேரிட்டது. 'இந்திய பறவையியலின் விளக்கப்படங்கள்' என்ற தலைப்பில் ஏழு தொகுதிகளாக புத்தகத்தை வெளியிட்டுள்ளார். இதில் மொத்தம் 488 இனங்கள் விவரிக்கப்பட்டுள்ளன. இந்திய பறவையியல் என்ற தலைப்பில் 276 பறவை இனங்கள் பற்றி விவரிக்கப்பட்டுள்ளன. கூடுதலாக Tickell Aves MS I & II என்ற தலைப்பில் இரண்டு தொகுதிகள் விளக்கங்கள் மற்றும் வாட்டர்கலர் விளக்கப் படங்களுடன் வெளியிட்டார்.

Col. Samuel Richard Tickell

ஆனால் இவரது பார்வைக் குறைபாடு காரணமாக இப்பணியைத் தொடர முடியாத நிலைக்கு தள்ளப்பட்டார். இவர் இறப்பதற்கு முன், முடிக்கப்படாத ஓவியங்களை லண்டனின் விலங்கியல் சங்கத்திற்கு நன்கொடையாக வழங்கினார். இவர் வரைந்த ஓவியங்களை *https://www.zsl.org/blogs/artefact-of-the-month/animals-of-india-by-samuel-richard-tickell-1864 Zoologicl Survey of London* இணைய தளத்தில் பார்த்து பல அறிவியல் தகவல்களை நாம் தெரிந்து கொள்ள முடியும்.

இயற்கை வாழ்விடங்களில் பறவைகளின் ஓவியங்கள் மற்றும் இந்திய வாழ்க்கையின் காட்சிகளைக் காட்டும் *ink vignettes* உட்பட அவரது சிறந்த கலைத் திறன்கள் மூலம் இயற்கையையும், பறவைகளையும் நமக்கு அறிமுகப் படுத்திவிட்டு மறைந்துள்ளார்.

இத்தனை சிறப்புமிக்க இயற்கையைப் பற்றிய தகவல்களை ஏதாவது ஒரு வகையில் நமக்கான தரவுகளாக ஆராய்ச்சியாளர் கொடுத்துச் சென்றதால் தான், அவை இப்போது நமது ஆய்வுக்கும், வாழ்க்கைக்கும் பயன்படுகின்றன. இதே போல ஒவ்வொருவருக்கும் ஏதாவது ஒரு தனித்தன்மையுடன் கூடிய சிறப்பு மிக்க கலைத் திறன் இருக்கும். அதனைப் பொழுது போக்கு என்று சொல்லிக் கடந்து செல்லாமல், அனைவருக்கும் பயனுள்ள வகையில் ஆவணப்படுத்தினால் இயற்கையைப் பாதுகாப்பதற்காக மட்டும் அல்லாமல் பல வரலாற்றுத் தரவுகளுக்காகவும் எதிர்காலத்தில் பயன்படுத்தலாம்.

20

காட்டுப் புள்ளிச் சிறு ஆந்தை

நூற்றுப் பதின்மூன்று ஆண்டுகளுக்குப் பின்னர் பதிவு செய்யப்பட்டுள்ளது காட்டுப் புள்ளிச் சிறு ஆந்தை. தமிழ் நாட்டில் மொத்தம் 14 வகை ஆந்தைகள் உள்ளன. அதில் சிறிய வகை ஆந்தைகளான காட்டுச் சிறு ஆந்தை (Jungle Owlet) மற்றும் புள்ளி ஆந்தை (Spotted Owlet) இரண்டு உள்ளன.

முதலில் மத்திய இந்தியாவில் கண்டறியப்பட்ட ஆந்தையையும் ஆரம்பத்தில் புள்ளி ஆந்தை (Athene brama brama) என்று நினைத்தனர். பின்னர் சில மாற்றங்களைக் கவனித்த பிறகே சிற்றினத்தை மாற்றினார். புள்ளி ஆந்தை (Spotted Owlet) வேறு, காட்டு சிறு ஆந்தை (Forest Owlet) வேறு. நாம் தற்போது பார்க்க இருப்பது மத்திய இந்தியாவில் மட்டுமே உள்ள காட்டுப் புள்ளிச் சிறு ஆந்தை பற்றிய தகவல்களை தான்.

காட்டுப் புள்ளிச் சிறு ஆந்தை கருஞ்சாம்பல் கலந்த பழுப்பு நிறத்தில் புள்ளிகளற்ற உச்சந்தலை மற்றும் பிடரி, லேசான வெள்ளைப் புள்ளிகளுடன் இருக்கும். இவற்றுக்கு கழுத்துப்பட்டை இருக்காது. புள்ளியாந்தையை ஒத்திருக்கும் ஆனால் அதைவிட அடர்பழுப்பு நிறத்தில் காணப்படும். இப்பறவையின் அடிப்பாகங்கள் புள்ளியாந்தையை விட சுத்தமான வெள்ளை நிறத்தில் இருக்கும்.

(Jungle Owlet)
(Glaucidium radiatum radiatum)

(Spotted Owlet)
(Athene brama brama)

Forest owlet

இப்பறவை பகலில் வெட்டுக்கிளி, பல்லி, தவளை, எலி, சிறிய பறவைகள் ஆகியவற்றை உணவாக உட்கொள்கிறது. ஒரு முறை அதனுடைய இரு குஞ்சுகளையுமே உண்டதாக பறவை ஆராய்ச்சியாளர்கள் பதிவு செய்துள்ளனர். இதன் உணவுகள் காலநிலை மாற்றத்தால் அருகிவிட்டன என்று சில ஆராய்ச்சிக் கட்டுரைகள் வெளிவந்துள்ளன.

இப்பறவை ஒரு குறிப்பிட்ட இடங்களை மட்டுமே வாழ்விடமாகத் தேர்வுசெய்து வாழ்கிறது. மத்திய இந்தியா, மகாராஷ்டிரா மாநிலத்தில் மேற்குத் தொடர்ச்சி மலைப் பகுதி, யாவல் மற்றும் புர்னா வன விலங்கு சரணாலயம், மேல்காட் புலிகள் காப்பகம், டோர்னமல் மலை பகுதி ஆகிய இடங்களில், இலையுதிர் காடுகளிலும், தேக்குமரக் காடுகளிலும் அங்காங்கே தென்படும் சிதறி காணப்படுகிறது.

இப்பகுதிகளில் சட்ட விரோதமாக மரங்களை வெட்டுவதாலும், அதிகரித்துக் கொண்டே இருக்கும் சுற்றுலாப் பயணிகளின் தொல்லைகளாலும் மற்றும் காட்டுத்தீ, சிறிய அணைக்கட்டுகள் கட்டுவது என அனைத்துமே ஒன்று சேர்கையில் வாழத் தகுதியற்ற இடமாக மாறி வருகிறது.

இந்நிலையில் எரியும் நெருப்பில் எண்ணெய் ஊற்றுவது போல மூடப் பழக்கத்தால் குருட்டு நம்பிக்கையுடன், ஆந்தைகளை வடநாடுகளில் கடவுளின் பெயரில் கொன்றதன் விளைவு இன்றைக்கு அது அற்றுப் போய்விட்டது. இதில் கொடுமையான தகவல் என்னவெனில் உலகம் முழுவதும் பயன்படுத்தும் அறிவியலின் பெயரிலேயே கடவுளின் பெயரை வைத்துள்ளோம் என்பது தான்.

இயற்கை அமைவுகளுக்கும் உயிரினங்களுக்கும் நாம் கடவுளின் பெயர்களை வைத்துள்ளோம். ஆறுகளைக் கடவுளாக்கி வைத்துள்ளோம். மயில், குரங்கு, கழுகு, மாடு, புலியை ஏதாவதொரு வகையில் கடவுள்களுடன் இணைத்துள்ளோம். மொத்தத்தில் இந்த பூமியையே, 'பூமாதேவி' என்று சொல்லி வணங்குகிறோம்.

ஆனால் உண்மை நிலை என்னவோ அதற்கு நேர் எதிராகவே உள்ளது. ஆம்; ஆற்றில் பிணங்களையும், கழிவுகளையும் மிதக்க விடுகிறோம், பிற உயிரினங்களை விஷம் வைத்துக் கொலை செய்கின்றோம். யானையின் வழித்தடங்கள் அனைத்தையும் ஆக்கிரமித்து அழித்துக் கொண்டிருக்கிறோம். கோவில்களில் யானைகளை பிச்சை எடுக்க வைக்கின்றோம். புலிகளை வேட்டையாடுகின்றோம். இதோடு நிற்காமல் நமது சுயநலத்திற்காக, அலங்காரப்பொருட்களுக்காக பல உயிரினங்களை வேட்டையாடுகின்றோம்.

அப்பப்பா... எத்தனை காயங்கள், ஆகமொத்தம் உலகைச் சிதைத்து வருகிறோம் என்று தான் சொல்ல வேண்டும். கடந்த 2021ஆம் வருடம் செப்டம்பர் மாதம் 16ஆம் தேதி "பூமித்தாய்னு சொல்லாம ஒரு வேலை பூமித் தந்தை என்று சொல்லியிருந்தால் இயற்கையை இவ்வளவு அழித்திருக்க மாட்டோமோ" என்று பூவுலகின் நண்பர்கள் காலநிலை மாற்றம் குறித்து நடத்திய கூட்டத்தில் நாடாளுமன்ற உறுப்பினர் கனிமொழி கருணாநிதி அவர்கள் கூறியுள்ளார். தற்போது நடக்கும் நிகழ்வுகளும் அதற்கு ஏற்றபடி தான் உள்ளன. இயற்கைக்கும், பெண்களுக்கும் எங்கெல்லாம் புனிதம் என்ற வார்த்தை பயன்படுத்தப்படுகிறதோ அங்கெல்லாம் தவறுகள் தாராளமாகவே நடக்கிறது என்றே சொல்லலாம்.

மேல குறிப்பிட்டது போல இந்தப் பறவையின் நிலையும் உள்ளது. சூதாட்டம், பில்லி சூனியம், சகுனம், மந்திரவித்தை

போன்ற மூட நம்பிக்கைகளினால் லட்சுமி பூஜையின் போது ஆந்தைகளை விலைக்கு வாங்கி அதனைக் கொன்று பூஜை செய்யும் வழக்கம் இருப்பதால், இந்த வாய்ப்பினைப் பயன்படுத்தி பொருளாதாரத் தேவைக்காக அங்குள்ள பூர்வ குடியினர் ஆந்தைகளை வேட்டையாடுகின்றனர். இதன் விளைவாகவே இது இன்றைக்கு அழியும் நிலையில் (Endangered) உள்ளது.

இதன் அறிவியல் பெயர் - *Athene blewitti* (Hume, 1873)

Athene என்று பேரினமாக வைத்துள்ளோம். கிரேக்க மொழியில் புராணக் கதைகளின் அடிப்படையில் அறிவு, போர் மற்றும் கலை ஆகியவற்றுக்கான பெண் கடவுளின் பெயர், இரவின் தெய்வம். ஆனால் மற்றொரு புறம் கெட்ட சகுனம், சூனியம் என்றும் சொல்லி சட்டவிரோதமாக இதனைக் கையாளுகின்றனர்.

blewitti என்பது சிற்றினம்

blewitti – William Turnbull Blewitt (1816–1889) Robert Blewitt (1815-1881)

வில்லியம் டர்ன்புல் பிளெவிட் மற்றும் அவரது சகோதரர் பிரான்ஸ் ராபர்ட் பிளெவிட் ஆகிய இருவரின் பெயரையும் குறிக்கிறது. சகோதரர்கள் இருவருமே பறவைகளின் மீது ஆர்வம் கொண்டிருந்ததால் பறவைகளின் மாதிரிகள் மற்றும் அதன் முட்டைகளைச் சேகரித்தனர். இருவரும் கிழக்கு மத்திய பிரதேசத்தில் புல்ஜார் நெடுஞ்சாலையில் பஸ்னா அருகே உள்ள ஃபுல்ஜான் என்ற பகுதியில் டிசம்பர் 1872இல் சேகரித்த இந்த குறிப்பிட்ட ஆந்தையை ஹியூம்க்கு அனுப்பினர். ஒரு வருடத்திற்குப் பிறகு 1873ஆம் ஆண்டு தான் இனத்தை உறுதி செய்தார் ஹியூம். ஆனால் இந்த மாதிரிகளில் வில்லியம் டர்ன்புல் பிளெவிட் பெயரை மட்டுமே லேபிள்களில் குறித்துள்ளனர்.

ஹியூம் சுங்கத் துறையின் தலைவராக இருந்தார். அவருடன் வில்லியமும் சுங்க அதிகாரியாக பணிபுரிந்தபோது, இராணுவத்தில் பணியாற்றிய ராபர்டின் பெயர் கேள்விக்கு உட்படுத்தாமல் இருக்க வில்லியம் தனது பெயரையே குறிப்புகளில் எழுதியிருக்கலாம் என்று கூறப்படுகிறது. இவர்கள் இருவருடைய புகைப்படங்களும் எங்கேயும் ஆவணப்படுத்தவில்லை.

ஆந்தைகள் பற்றியும் அதன் நன்மைகள் பற்றியும் அறிந்துகொள்ள இளைஞர்களையும் குழந்தைகளையும் ஊக்குவிப்பது அவசியம். காரணம், தினசரி செய்தித் தாள்களில் கூட தமிழ் நாட்டிலும்

Barn Owl

கூகையை அரியவகை ஆந்தை என்று தான் இன்னும் பத்திரிகைகளில் எழுதுகிறார்கள். இதுபோன்று செய்தி எழுதும் அவலநிலையில் தான் நாம் இருக்கிறோம். ஆனால் கூகையைப் பற்றி பரவலாக காணப்படும் மக்களிடம் போதிய விழிப்புணர்வு இல்லை என்றே கூறலாம்.

நமது இயற்கைச் சூழலுக்கு ஆந்தை இனங்களின் பங்கு பற்றிய அறிவியல் தெளிவு ஏற்படுத்தப்பட்டால் அதன் மூலமாக ஆந்தைகளுக்குத் தீங்கு விளைவிக்கும் பகுத்தறிவற்ற மூடநம்பிக்கைகளை சமுதாயத்திலிருந்து அழித்து ஒழிக்க முடியும்.

21

பழனி சிலம்பன்

பழனி என்று சொன்னவுடன் நமக்கு நினைவுக்கு வருவது பழனி முருகன் கோவில் தான். ஆனால் அதையும் தாண்டி மேற்குத் தொடர்ச்சி மலைகளில் பழனி மலை ஒரு தனித்துவமான பல்லுயிரினச் சூழலைக் கொண்டது. அங்கு குறிப்பிட்ட தாவர விலங்கினங்களே வாழ்கின்றன. அதில் ஒன்றுதான் பழனி சிலப்பன் (Palani Chilappan).

இது பாலக்காட்டுக் கணவாய்க்கு தெற்கே உள்ள மேற்குத் தொடர்ச்சி மலைப்பகுதிகளில் 3,600 அடி உயரத்தில் காணப்படுகிறது. மேற்கு தமிழகத்தில் உள்ள இரவிக்குளம் தேசிய பூங்கா, இந்திரா காந்தி வனவிலங்கு சரணாலயம், தேசிய பூங்கா, பூம்பாறை, குக்கல், கொடைக்கானலைச் சுற்றியுள்ள சோலைகள், ஸ்ரீவில்லிபுத்தூர் வனவிலங்கு சரணாலயம், முத்துக்குழி ஆகிய பகுதிகளில் காணப்படுகிறது. வெப்பமண்டலக் காடுகளில் நிரந்தர ஆறுகள், நீரோடைகள், சிற்றோடைகள், நிலப்பரப்பு ஆகியவை இதன் வாழ்விடங்கள் ஆகும்.

லோபிலியா எக்செல்சா (Lobelia excels), ரோடோடென்ட்ரான் (Rhododendron) மற்றும் ஸ்ட்ரோபிலான்டஸ் (Strobilanthes)

Palani Chilappan (Montecincla fairbanki)

இனங்களின் பூக்களின் தேனை உண்ணுகின்றன. ஸ்ட்ரோபிலாண்டஸ் போன்ற சில பூக்களின் இதழ்கள், வைபர்னம் (*Viburnum*), யூரியா (*Eurya*), ரூபஸ் (*Rubus*) மற்றும் ரோடோமிர்டஸ் டொமெண்டோசா (*Rhodomyrtus tomentosa*) ஆகிய தாவரங்களின் பழங்களையும் உணவாக உட்கொள்கிறது.

இனப்பெருக்க காலம் டிசம்பர் முதல் ஜூன் வரை. ஆனால் ஏப்ரல் மற்றும் மே மாதங்களில் தான் அதிகமாக இனப்பெருக்கம் செய்கின்றன. குடுவை வடிவத்தில், அடர்த்தியான தாவரங்களில் முட் புதர்களுக்குள் இவை கூடு கட்டும்.

இதன் அறிவியல் பெயர் *Montecincla fairbanki* (Blanford, 1869). இது கொடைக்கானலில் சாமுவேல் பேகன் பேர்பேங் என்பவரால் பெறப்பட்ட ஒரு மாதிரியை வைத்து *fairbanki* என்று சிற்றினமாக அறிவித்தனர்.

fairbanki - Samuel Bacon Fairbank (1822 - 1898)

சாமுவேல் பேகன் ஃபேர்பேங்க் 1822 டிசம்பர் 14ஆம் தேதி பிறந்தார். இவர் அமெரிக்க எழுத்தாளர், மொழிபெயர்ப்பாளர் மற்றும் இயற்கை ஆர்வலர். மேற்கு இந்தியாவில் உள்ள அமெரிக்க மராத்தி மிஷனில் பணியாற்றினார். இவரது குழந்தைகள் மற்றும் பல உறவினர்கள் இந்தியாவில் மிஷனரிகளாக தொடர்ந்து பணியாற்றினர்.

Samuel Bacon Fairbank

தென்னிந்தியாவில் கொடைக்கானலில் உள்ள ப்ராஸ்பெக்ட் பாயிண்ட்டில் (Prospect Point) 1889ஆம் வருடம் முதல் முகாம் அமைத்துத் தங்கியிருந்தார், அப்பொழுது. ஃபேர்பேங்க் பெரும்பாலான நேரங்களில் உள்ளூர் மக்களுடன் பணியாற்றினார். அப்பொழுது அங்குள்ள மக்களுக்கு விவசாயத்தைக் கற்றுக்கொடுத்தார். விவசாயத்தை மேம்படுத்த பல முயற்சிகளில் ஈடுபட்டார். மேலும் புதிய நடைமுறைகள் மற்றும் கருவிகளை அறிமுகப்படுத்த முயன்றார். இவர் இசையிலும், கீதங்களை மொழிபெயர்த்து, அவற்றை உள்ளூர் பயன்பாட்டிற்கு ஏற்றவாறு ஆவணமாக பதிவு செய்தார், பாடல்களையும் இயற்றினார்.

இவரது ஓய்வு நேரத்தில், இயற்கை வரலாற்றில் ஆர்வம் காட்டினார், மெல்லுடலிகள் (Molluscs), பறவைகள் மற்றும் தாவரங்களைச் சேகரித்தார். இவர் வாழ்க்கையில் சில மெல்லுடலிகளைப் பற்றி ஆழமான ஆய்வுகளை செய்துள்ளார்.

இவரது வெளியீடுகளில் பம்பாய் பிரசிடென்சியில் தாவரங்களை வகைப்படுத்த சில வழிமுறைகளை பதிவுசெய்துள்ளார். இதே போல் பறவைகள், ஊர்வன மற்றும் மீன்கள் ஆகியனவற்றை வகைப்படுத்தும் முறைகளை நமக்குக் கொடுத்துள்ளார். பழனியில் தங்கியிருந்த பொழுது அங்குள்ள பறவைகளைப் பற்றிய குறிப்புகளையும் பதிவு செய்ததில் சிலம்பன்களும் அடங்கும்.

இவர் வில்லியம் தாமஸ் பிளான்ஃபோர்ட், ஆலன் ஆக்டேவியன் ஹூம் போன்ற பிற இயற்கை வரலாற்று ஆய்வாளர்களுடன் இவருடைய ஆய்வுகளை பகிர்ந்து கொண்டு செயல்பட்டார். *Trochalopteron fairbanki* என்ற மற்றொரு பறவை, *Achatina fairbanki* என்ற மெல்லுடலி, *Lastrea fairbankii* என்ற ஃபெர்ன் (Fern) வகை தாவரம் ஆகியவற்றிற்கு இவருடைய பெயர் வைத்து சிறப்பித்துள்ளனர். மேலும் அமெரிக்காவில் ஒரு நகரத்திற்குமே கூட இவருடைய பெயரான Fairbankia என்று பெயரில் அழைத்துவருகின்றனர்.

மே 31அன்று கொடைக்கானலுக்குச் செல்லும் ரயிலில் சாமுவேல் ஃபேர்பேங்க் இறந்தார். இவர் அகமதுநகரில் அடக்கம் செய்யப்பட்டார்.

பழனி கொடைக்கானல் பகுதிகளில் இயற்கை பற்றிய ஆய்வுகளும், மக்களின் நலன் சார்ந்து பல்வேறு செயல்களையும் மற்ற நாடுகளைச் சேர்ந்தோர்.

ஒரு குறிப்பிட்ட தனித்துவமான இடங்களில் வாழும் உயிரனங்கள் (*Endemic species*) அதிகமாக அழிந்து வருவதாக 2021இல் *State of India's birds* என்ற ஆய்வறிக்கையில் வெளியிட்டுள்ளனர். இதில் பழனி சிலப்பன் தேநீர் தோட்டங்கள் மற்றும் தார் சாலைகளினால் தொடர்பிழந்த காடுகளில் கூட தகவமைத்துக் கொண்டு வாழ்வதாக குறிப்பிட்டுள்ளனர். ஆனால் இதுவே அரிதாகி வரும் பட்டியலில் உள்ளது என்றால் தகவமைத்துக் கொள்ள இயலாத மற்ற பறவைகளின் அல்லது உயிரினங்களின் நிலை கேள்விக்குறி தானா?

பொதுவாக வனப் பகுதியில் கோவில் இருப்பதனால் தான் அசுத்தம் செய்வதில்லை, மொத்த வனமே பாதுகாப்படுவது போல சித்தரிக்கிறார்கள். வெள்ளியங்கிரி மலை, மருத மலை, பழனி மலை, சபரிமலை போன்ற கிட்டத்தட்ட அனைத்து மலைக் கோவில்கள் மற்றும் பாத யாத்திரை செல்லும் வழிகளில் விழாக்காலங்களில் பக்தர்கள் வீசிச் செல்லும் குப்பைகளை, இயற்கை மீது அக்கறை உள்ள தன்னார்வலர்களே சேகரித்து மூட்டை மூட்டையாக கீழே கொண்டுவந்து மறுசுழற்சிக்கு கொடுக்கின்றனர்.

இவற்றை எல்லாம் பார்க்கும் பொழுது கனடாவைச் சார்ந்த வானியல் இயற்பியலாளர் Hubert Reeves கூறிய "மனிதன் மிகவும் பைத்தியக்கார இனம். கண்ணுக்குத் தெரியாத கடவுளை வழிபடுகிறார்கள், கண்ணுக்குத் தெரியும் இயற்கையை அழிக்கிறார்கள். அழிக்கும் இந்த இயற்கை தான் அவர்கள் வழிபட வேண்டியவை என்பதை அறியாமல் வாழ்கிறார்கள்" என்று கூறியிருப்பது மிகப் பொருத்தம் என்றே தோன்றுகிறது.

22

பட்டை வால் கோழி அல்லது Mrs. Hume's

என்ன இது பறவை பெயர்ல Mrs. இருக்குனு யோசிக்கிறீங்களா. ஆமாங்க, இது பறவையியலாளரின் தந்தையான ஆலன் ஆக்டோவியன் ஹியூமின் மனைவி *Maria Burnley* என்பவருக்கு மரியாதை செலுத்தும் விதமாக வைத்துள்ளனர்.

இப்பறவை மயில் போன்ற தோற்றத்தை உடையது. இதன் உடல் மொத்தம் 90 செமீ, வால் மட்டுமே 50 செமீ கொண்டுள்ளது. எடை – ஆண் 950 – 1,100, பெண் 650 - 850 கிராம். கழுத்து நீளம், இறக்கைகள் பழுப்பு, வால் வெள்ளை நிறம், பழுப்பு நிற வரிகளையுடையது. கண்ணைச் சுற்றி சிகப்பு நிற வளையம் உள்ளது. இதன் அலகு மற்றும் கால்கள் வெள்ளை நிறத்தை கொண்டுள்ளது.

Mrs. Hume's (Syrmaticus humiae)

இந்தியா, சீனா, பர்மா, தாய்லாந்து மற்றும் மியான்மர் ஆகிய நாடுகளில் இவை பரவலாகக் காணப்படுகின்றன. இவை 1000 - 2500 மீட்டர் உயர மலைகளான மித வெப்ப மண்டல பசுமைக் காடுகள், அடர்ந்த காடுகளின் ஓரப்பகுதிகளில் வாழும். முக்கியமாக oak மற்றும் pine போன்ற மரங்களைக் கொண்ட ஊசி இலைக்காடுகளில் வாழக்கூடிய இவைகளுக்கு 854,000 கிலோ மீட்டர் பரப்பளவு தேவைப்படுகின்றது.

ஊசி இலைக்காடுகளில் இருக்கும் மரங்களின் கொட்டைகள், இலைகள், வேர்கள், பூச்சிகள் மற்றும் கறையான்களை இது உட்கொள்கிறது. மேலும் 40 வகையான தாவர இனங்கள் அதன் வயிற்றில் கண்டறியப்பட்டதாக ஆய்வுகள் கூறுகின்றன.

பிறந்து 10 - 14 மாதங்களில் இப்பறவை தன் இணையை தேடும், பிப்ரவரி முதல் சூலை மாதங்கள் வரை இதன் இனப்பெருக்க காலம். இலை, மரக்கிளைகள் மற்றும் இறகுகளைப் பயன்படுத்தி கூடு கட்டும். வெள்ளை நிறத்தில் 3 முதல் 12 வரை முட்டைகளையிட்டு பெண் பறவை மட்டுமே அடை காக்கும்.

எண்ணிக்கையில் தற்போது 6000 முதல் 15,000 வரை மட்டுமே இவை உள்ளன. தற்போது எண்ணிக்கை குறைந்து வருவதால் அருகத் தொடங்கும் உயிரினம் (Near Threatened) என்று அறிவிக்கப்பட்டுள்ளது.

காடுகள் அழிப்பு, காட்டுத் தீ, அழகு சாதனப்பொருட்கள் செய்யவும், உணவிற்காகவும் வேட்டையாடுதல் போன்ற மனித செயல்பாடுகளால் மிகவும் அபாய நிலையில் இப்பறவை உள்ளதாக ஆராய்ச்சியாளர்கள் கூறுகின்றனர், இதனால் சீனா, இந்தியா, தாய்லாந்து மற்றும் மியான்மார் ஆகிய நாடுகளில் வனஉயிரின சட்டம் Schedule - I bird, wildlife (Protection) act, 1972 பாதுகாக்க உத்தரவிட்டுள்ளது.

இதன் அறிவியல் பெயர் - Syrmaticus humiae (Hume, 1881)

Humiae - Mary Ann Grindall Hume, wife of Allan Octavian Hume (Syrmaticus).

ஆலன் ஆக்டோவியன் ஹியூம்-இந்திய பறவையியலாளரின் தந்தை. ஆராய்ச்சியாளர்கள், விஞ்ஞானிகளின் கண்டுபிடிப்புகளையும், கள ஆய்வில் கவனித்த தகவல்களையும் பகிர்ந்து கொள்ள Stray Feathers என்ற ஆங்கில மாத இதழை ஆரம்பித்தவர். பல

Allan Octavian Hume

பறவைகளின் மாதிரிகள், உடல் உறுப்புகளை சேகரித்து வைத்தார். லண்டனில் உள்ள இயற்கை வரலாறு அருங்காட்சியகத்திற்கு சேகரித்து வைத்திருந்து பதப்படுத்தபட்ட அல்லது பாடம் செய்யப்பட்ட பறவைகளை இவர் வழங்கியுள்ளார். இதன் மூலம் பறவை ஆராய்ச்சியாளர்கள் நாம் இன்று வரை பயன்பெற்று வருகிறோம்.

இந்திய சிவில் சர்வீஸில் உறுப்பினராக ஹியூம் இருந்தார். மேலும் 1849 முதல் 1882 வரை இந்தியாவில் உயர் நிர்வாக பதவிகளில் பணியாற்றினார். இந்திய தேசிய காங்கிரசில் 1885 முதல் 1906 வரை பொதுச் செயலாளராகச் செயல்பட்டார்.

23

தவளைவாயன்

இப்பறவையின் வாய் தவளை போன்று காணப்படுவதால் இப்பெயர். தவளைவாயன்களில் 14 இனங்கள் உள்ளன. இதன் ஆங்கிலப் பெயர் Frogmouth. தவளைவாயன் பெரிய, இருண்ட, பழுப்பு நிறமுடையது, நீளம் 32 முதல் 37 செ.மீ வரை இருக்கும். இறக்கையின் நீளம் 220 முதல் 250 மிமீ ஆகும். அதன் கழுத்தின் பின்புறம் கொண்டை உள்ளது. இறகுகளின் மறைப்புகளில் பெரிய வெள்ளைத் திட்டுகள் உள்ளன. கீழ்ப்பகுதி வெளிர் பழுப்பு நிறத்தில் புள்ளிகளுடன் இருக்கும். இரு பாலினங்களும் ஒரே மாதிரியான தோற்றத்திலிருக்கும்.

தவளைவாயன் இந்தோனேசியா மற்றும் மலேசியா தீவில் மட்டுமே காணப்படுகின்றன. கடல் மட்டத்திலிருந்து 300 முதல் 1500 மீட்டர் வரை உயரம் உள்ள மலைக்காடுகளில் இது வாழ்கிறது. டுலிட் மலையின் உச்சியில் மிகவும் பரவலாக காணப்பட்டது. ஆனால் தற்போது கீழ் பகுதிகளிலேயே இப்பறவைகள் வசிக்கின்றன.

டுப்லிட் எனப்படும் தவளை வாயன் பறவை வாழும் பரப்பளவு 127,000 சதுர கிலோ மீட்டர் என மதிப்பிடப்பட்டுள்ளது.

Dulit Frogmouth (Batrachostomus harterti)

ஒரு குறிப்பிட்ட பகுதிகளில் மட்டுமே வாழ்வதாலும், அந்தப் பகுதிகளில் மரம் வெட்டுதல், விவசாய நிலங்களாக மாற்றுதல் ஆகியவற்றால் இதன் வாழ்விடப் பரப்பளவு வேகமாக குறைந்து வருகிறது. இதனால் இப்பறவையின் எண்ணிக்கையும் குறைந்து வருகின்றது.

DULIT என்ற ஆங்கிலப் பெயர் போர்னியோ காடுகளில் உள்ள ஒரு மலையின் பெயர். அம்மலையில் 600 மீட்டர் உயரத்தில், ஒரு இரவு நேரத்தில் ஒளி வெளிச்சத்தை நோக்கி வந்த பொழுது சேகரிக்கப்பட்டதால் அம்மலையின் பெயரையே ஆங்கிலப்பெயராக வைத்துள்ளனர். இதன் அறிவியல் பெயர் *Batrachostomus harterti (Sharpe, 1892).*

harterti–Ernst Johann Otto Hartert (29 October 1859–11 November 1933)

எர்னஸ்ட் ஜான் ஓட்டோ ஹறாட்டர்ட்: ஒரு பறவையியலாளர். ஹார்டெர்ட் ஜெர்மனியின் ஹாம்பர்க் நகரில் பிறந்தார். அவர் கிளாடியா பெர்னாடின் எலிசபெத் ஹார்டெர்ட் (Ernst Johann Otto Hartert) என்ற ஓவியர் மற்றும் பறவையியலாளரை திருமணம் செய்துகொண்டார். தன் மனைவியுடன் சேர்ந்து சென்ற பயணத்தின் போது *blue-tailed Buffon hummingbird* என்ற பறவையின் புதிய இனத்தை இவர் கண்டறிந்தார்.

இங்கிலாந்தில் உள்ள டிரிங்கில் உள்ள ரோத்ஷில்டின் தனியார் இயற்கை வரலாற்று அருங்காட்சியகத்தின் பறவையியல் கண்காணிப்பாளராக வால்டர் ரோத்ஸ்சைல்ட், 2வது பரோன் ரோத்ஸ்சைல்ட் என்பவரால் 1892 முதல் 1929 வரை

Ernst Johann Otto Hartert

பணியமர்த்தப்பட்டார். இங்கு காலாண்டு அருங்காட்சியக கால இதழான Novitates Zoologicae ஐ ஹார்டெர்ட் வெளியிட்டார். *The Hand List of British Birds* என்ற புத்தகத்தை 1912ஆம் ஆண்டு பிரான்சிஸ் சார்லஸ் ராபர்ட் ஜோர்டெய்ன், நார்மன் ஃபிரடெரிக் டைஸ்ஹர்ஸ்ட் மற்றும் ஹாரி ஃபோர்ப்ஸ் விதர்பி ஆகியோருடன் இணைந்து வெளியிட்டார்.

இந்தியா, ஆப்பிரிக்கா மற்றும் தென் அமெரிக்க நாடுகளுக்குப் பயணம் செய்து அங்கிருந்த தாவரங்களைப் பற்றி புத்தகம் வெளியிட்டுள்ளார். ஹார்டெர்ட்டின் 1930இல் பெர்லினுக்கு திரும்பிச் சென்றார், பிறகு 1933ஆம் ஆண்டு இறந்தார்.

மாணவர் - *Erwin Friedrich Theodor Stresemann (22 November 1889–20 November 1972)*

ஹார்டெர்ட், எர்வின் ஸ்ட்ரெஸ்மனுக்கு வழிகாட்டியாக இருந்தார், ஆதலால் 1972இல் எர்வினின் உடலை ஆசிரியர் ஹார்டெர்ட்டினின் கல்லறையில் தகனம் செய்யப்பட்டது குறிப்பிடத்தக்கது.

இவர் சேகரித்ததில் நவம்பர் மாதம் கிடைத்த ஒரு பறவையின் இரைப்பையில் நிறைய வெட்டுக்கிளிகள் இருந்ததால் இதன் உணவு முறையை அறிந்துகொள்ள முடிந்தது. மேலும் முட்டைப்பையில் முட்டையிட தயாராக பெரிய முட்டைகளும் இருந்துள்ளன. இந்தப் பறவை தவிர 12 பறவைகளுக்கும் ஒருபல்லி இனத்திற்கும் இவருடைய பெயரை வைத்துச் சிறப்பித்துள்ளனர். அழிந்து வரும் (Near Threatened) பறவைகளில் தவளை வாயனும் ஒன்று.

Ernst Johann Otto Hartert

24

நிக்கோபார் பருந்து

நான்கு பக்கமும் நீரால் சூழப்பட்ட பகுதியை தீவு என அழைப்போம் கடலுக்குள் ஆங்காங்கு சிறு நிலப்பகுதிகளாக அவை இருக்கும். இவ்விடங்கள் இயற்கையின் வளம் மிகுந்து காணப்படும். சுற்றியும் கடல், கடற்கரை, தீவை சுற்றுலாத் தளமாக்கி அங்கு மனிதர்கள் தினசரி வாழ்க்கையில் இருந்து சற்று விலகி தனிமையாகவோ, குடும்ப உறுப்பினர்களுடனோ அல்லது நண்பர்களுடன் இயற்கையை ரசிக்க தீவுக்குச் செல்வார்கள்.

அதில் இந்தியாவுடன் தொடர்புடைய அந்தமான் நிக்கோபார் தீவுகளும் அடங்கும். பறவைகள் மற்றும் குரங்குகள் பற்றிய ஆய்வுகளுக்காக நண்பர்கள் சென்று வந்து அங்கு அவர்கள் எடுத்த புகைப்படங்களைக் காட்டி, நடந்த அனுபவங்களை என்னிடம் சொல்லுவது வழக்கம். அதில் தீவுகளில் மட்டுமே வாழும் உயிரினங்கள் பலவற்றில் நிக்கோபார் பருந்தும் ஒன்று.

இது நிக்கோபர் தீவில் மட்டுமே உள்ளதால் *Nicobor Sparrow Hawk* என்று ஆங்கிலத்தில் பெயர் வைத்துள்ளனர். *Accipiter butleri (Gurney, 1898)* அறிவியல் பெயர் பட்லரை நினைவுபடுத்துகிறது.

Butleri - (Arthur Lennox Butler –1873 - 29 டிசம்பர் 1939)

ஆர்தர் லெனாக்ஸ் பட்லர் பிரிட்டிஷ் இந்தியாவின் ஒரு பகுதியாக இருந்த பாகிஸ்தானின் கராச்சியில் பிப்ரவரி 22ஆம் நாள் பிறந்தார். அவரது தந்தை பிரிட்டிஷ் பறவையியல் நிபுணர் எட்வர்ட் ஆர்தர் பட்லர் மற்றும் அவரது தாயார் கிளாரா பிரான்சிஸ் பட்லர்.

தன் பதினெட்டாவது வயதில், 1891ஆம் ஆண்டில், பட்லர் தேயிலை விவசாயம் செய்ய சிலோனுக்குப் பயணம் செய்தார், இயற்கையின் மீதான ஆர்வத்தால், தோட்ட வேலையை விடுத்து, அறிவியல் தரவுகளை சேகரிக்க ஆரம்பித்தார்.

மலேசியாவின் கோலாலம்பூரில் உள்ள இயற்கை வரலாற்று அருங்காட்சியகத்தின் 1898இல், கண்காணிப்பாளராக ஆனார். இவர்

Nicobor Sparrow Hawk (Accipiter butleri)

பிரிட்டிஷ் பறவையியல் வல்லுநர்கள் சங்கத்தின் உறுப்பினராக 1899இல், தேர்ந்தெடுக்கப்பட்டார். ஆங்கிலோ-எகிப்திய சூடானில் 1901ஆம் ஆண்டு தொடங்கி, 1915ஆம் ஆண்டு வரை விளையாட்டுப் பாதுகாப்பின் கண்காணிப்பாளராக பதவி வகித்தார். பிரிட்டிஷ் பறவையியலாளர்கள் கிளப்பில் 1921ஆம் ஆண்டில், உறுப்பினரானார்.

இப்பறவைக்கு மட்டுமல்லாது நான்கு வகையான ஊர்வன கெஹைரா பட்லெரி, லைகோடான் பட்லெரி, சிலோரினோஃபிஸ் பட்லெரி, மற்றும் டைத்தோஸ்சின்கஸ் பட்லெரி மற்றும் ஒரு தவளை இனத்துக்கும் இவருடைய பெயர் வைக்கப்பட்டுள்ளது. இவருடைய புகைப்படம் கிடைக்கவில்லை.

கார் நிக்கோபார், கிரேட் நிக்கோபார், லிட்டில் நிக்கோபார், டில்லாங்சோங், கமோர்டா, கட்சல், நான்கோவ்ரி மற்றும் டிரிங்காட் ஆகிய பகுதிகளில் இப்பறவைகள் வாழ்கின்றன. பெண் பறவையின் மேல்புறம் பழுப்பு நிறமாகவும், அடிப்பகுதி சிவப்பு-பழுப்பு நிறத்திலும் இருக்கும். தலை முதல் வால் வரை 28–34 சென்டி மீட்டர் நீளமுடையது. மஞ்சள் நிற கால்களைக் கொண்டுள்ளது. இது பல்லி மற்றும் பூச்சிகளை உணவாக உட்கொள்கிறது.

இப்பறவை ஆண்டுக்கு இரண்டு முறை பிப்ரவரி மற்றும் செப்டம்பரில் இனப்பெருக்கம் செய்கின்றது என்று சான்றுகள் கூறுகின்றன.

நிக்கோபார் தீவுகளின் கடலோர வாழ்விடங்களில் 2006ஆம் ஆண்டு களப்பணியின் போது மூன்று வருடங்களில் 20-25 பறவைகளை மட்டுமே பார்த்துள்ளனர் எனபது வியப்பாக உள்ளது. அதன் பின்னர் 2009 முதல் 2011 வரை இரண்டு முறை மட்டுமே பார்த்துள்ளனர்.

இப்பறவை 1988இல் சரியான எண்ணிக்கையில் இருந்துள்ளது (Least concern), பின்னர் 1994 முதல் 2000 வரை அருகி வரும் (Near threatened) பட்டியலுக்குத் தள்ளப்பட்டது. அதன் பின்னரும் நாம் விட்டுவைக்கவில்லை. 2002 முதல் இன்று வரை மிக அருகிவரும் (Vulnerable) பட்டியலுக்கு அதனைத் தள்ளியுள்ளோம். இக்குறிப்பிட இனம் வாழ்விட இழப்பு மற்றும் சீரழிவு போன்ற காரணங்களால் விரைந்து அழிந்து வருகின்றன. இதற்கு பல்வேறு காரணங்களை கருத்தில் கொள்ளமுடியும்.

குறிப்பாக இந்திய நிலப்பரப்பில் 1960 லிருந்து 1970 வரை மனிதர்கள் இந்தியாவிற்கு புலம்பெயர்ந்ததிலிருந்து காடழிப்பு துரிதப்படுத்தப்பட்டது. 2004ஆம் ஆண்டு ஏற்ப்பட்ட சுனாமிப் பேரலையினால் பெரும்பாலும் பாதிக்கப்பட்டவை தெற்காசியத் தீவுகளே, அதில் அந்தமான் நிக்கோபார் தீவுகளும் அடங்கும். மேலும் விவசாய மனிதத்தேவை விரிவாக்கத்திற்காக காடுகளை அகற்றுவதும் பெருமளவில் அதிகரித்தது, இன்னும் பெரிய மண் அரிப்பு பிரச்சனைகளுக்கு வழிவகுத்தது. அதன் பின்னரும் தொடர்ந்த மேலாண்மை என்ற பெயரில் நடந்த செயல்களால் நிக்கோபார் பருந்தின் வாழ்விடங்கள் மிகுந்த பாதிப்புக்குள்ளாயின. இதன் எண்ணிக்கையும் குறைந்து வருகிறது. இக்குறிப்பிட்ட பருந்தைக் காப்பாற்ற கட்ச்சல் சமூக மக்களே அப்பகுதியை பாதுகாத்து வருகின்றனர். மேலும் இந்த இனம் இந்திய சட்டத்தின் கீழ் பாதுகாக்கப்படுகிறது.

வலைத்தளங்களில் ஒரு மீம் வைரலாகிக் கொண்டிருந்தது. விலங்குகள் கடந்து சென்ற வழித்தடம் அதன் கால்கள் பதிந்து இருந்தன, ஆனால் மனிதர்கள் கடந்து சென்ற பாதை குப்பைகளாக கிடப்பது போல காட்டியிருந்தார்கள். அதற்குச் சான்று, கடந்த வருடம் சென்னை வெள்ளப் பாதிப்புகளுக்கு பல காரணங்களில் ஒன்று ஏரிகள் ஆக்கிரமிப்பு; மற்றொன்று நெகிழிப் பொருட்கள் கால்வாய்களில் அடைபட்டிருந்தது. இதனைத்தான் நாம் நடைமுறையில் பார்க்கின்றோம், பேசுகின்றோம், ஆனால் அதையே நாமும் செய்கின்றோம்.

ஏற்கனவே சொன்னது போல தீவுகள் மனிதர்கள் அதிகம் இல்லாத இயற்கை எழில் கொஞ்சும் பகுதிகளாகவே உள்ளன. மனிதர்களின் காலடி பட்டவுடன் ஒவ்வொன்றாக அழிய ஆரம்பித்து விடுகின்றன. மனிதர்களின் செயல்பாடுகளால், பேராசையால் ஒவ்வொன்றாக சுரண்டி இயற்கை சீரழிக்கின்றோம். நாம் கண்டு ரசிக்கும் இயற்கை, நாம் நோயற்று வாழக் காரணமான இயற்கைச் சூழல் நமது குழந்தைகளுக்கு வேண்டாம் என நாம் நினைக்கிறோமா? சிந்திப்போம் காப்பாற்ற முன்வருவோம்.

25

பூங்குருவி

ஒவ்வொரு மனிதருக்கும் வித்தியாசமான குரல்கள் இருப்பது போல, விலங்குகளுக்கும் பறவைகளுக்கும் தனித்தன்மையுடன் குரலொலிகள் உள்ளன. யானைகள், வௌவால்கள் ஆகியவை அகவொலிகள் மூலம் நமக்குக் கேட்காத மொழிகளில் பேசுகின்றன. மற்றவை அவைகளுக்குள் பேசும் பொழுது மொழி புரியும். நமக்கு அர்த்தம் தெரியாததால் சப்தமாக உணர்கிறோம். தற்போது ஆராய்ச்சியாளர்கள் அவர்களின் மொழியைக் கற்றுப் புரிந்து கொள்ள முயற்சி செய்து கொண்டிருக்கிறார்கள்.

நாம் அலைபேசியில் பேசும்பொழுது நமக்குப் பழக்கமான குரலை எளிதில் கண்டுபிடித்து விடுவோம். சில நேரங்களில் குழப்பம் இருக்கும். அதே போல் பறவைகளில் குறிப்பாக அதன் குரலில் ஆய்வு செய்பவர்களுக்கு பல பறவை இனங்களின் குரல்கள் பழக்கப்பட்டவை. அதனால் வித்தியாசமான குரலைக் கேட்டால் உடனே நின்று கவனித்து அது என்ன பறவை என்று கண்ணில் பார்த்து முடிவு செய்வார்கள்.

அதன் விளைவு, 2016ஆம் ஆண்டு ஆராய்ச்சியாளர்கள் வடகிழக்கு இந்தியா மற்றும் சீனாவின் அருகிலுள்ள பகுதிகளிலிருந்து பறவைகளைப் பற்றிய ஆய்வின்போது, இத்தனை நாட்கள் கேட்காத, பழக்கமில்லாத ஒரு குரலைக் கேட்டுள்ளனர். ஸ்வீடன், இந்தியா, சீனா, அமெரிக்கா மற்றும் ரஷ்யாவைச் சேர்ந்த விஞ்ஞானிகள் குழு அதன் உடல் அமைப்பு வண்ணங்களைக் கவனித்தனர். அதன் கழுத்துப் பகுதி முதல் வால் பகுதி வரை கருப்பு புள்ளிகளையும். மேல்பகுதி இறகுகள் அடர் பழுப்பு நிறத்தையும் கொண்டுள்ளது. இருப்பினும் திட்டவட்டமான உருவ வேறுபாடுகள் புலத்தில் கண்டறியப்படவில்லை. ஆதலால் வெவ்வேறு இடங்களில் 45 முறை பதிவு செய்த இக்குறிப்பிட்ட பறவையின் குரலைப் பகுப்பாய்வு செய்துள்ளனர். இதே போல் பல கட்ட ஆய்வுகளுக்குப் பின்னர் இது புதிய இனம் என உறுதி செய்துள்ளனர்.

Himalayan Forest Thrush (Zoothera salimalii)

இப்பறவை குறைந்தது 3 மில்லியன் ஆண்டுகளுக்கு முன்பு பொதுவான மூதாதையரிடம் இருந்து பிரிந்திருக்கலாம் என்று ஆய்வுகள் கூறுகின்றன. இந்த பூங்குருவி 1440 - 3800 மீட்டர் உயரமான வனப்பகுதிகளில் வாழ்கிறது. தரையில் உணவு தேடுகிறது, மூங்கில் மரங்களை அதிகம் பயன்படுத்துகிறது. நத்தை, பூச்சிகள், வெட்டுக்கிளிகள், எறும்புகள் ஆகியவை உண்ணுகின்றன.

இவை இந்தியா, பூட்டான், மியான்மார், நேபால் மற்றும் வியட்னாம் ஆகிய பகுதிகளில் வாழ்கின்றன. ஆனால் இந்தப் பறவை இனங்கள் இந்தியாவில் சிக்கிம் மற்றும் டார்ஜிலிங்கில் இருந்து சீனாவில் வடமேற்கு யுனான் பகுதிகளில் இனப்பெருக்கம் செய்கின்றன. இந்தப் பறவையின் குரல் மற்றப் பூங்குருவிகளின் குரலை விட இனிமை வாய்ந்ததாக உள்ளதே இதன் தனிச்சிறப்பு.

இமாலய பகுதியில் மட்டும் வாழ்வதால் இந்தப் பறவைக்கு இமாலயன் ஃபாரஸ்ட் த்ரஷ் (Himalayan Forest Thrush) என ஆங்கிலத்தில் பொதுவான பெயர் வைத்துள்ளனர். அறிவியல் பெயராக Zoothera salimalii என்று இந்திய பறவையியல் வல்லுநரான டாக்டர் சலிம் அலி அவர்களின் பெயர் சூட்டப்பட்டுள்ளது.

வலது-salimalii-Dr Salim Moizuddin Abdul Ali

(1896–1987)

Salimalii - Sdim Moizuddin Abdul Ali (1896–1987)

சாலிம் அலி உலகப் புகழ்பெற்ற இந்திய பறவையியல் வல்லுநர் மற்றும் இயற்கையியல் அறிஞர் ஆவார். சாலீம் அலி நவம்பர் மாதம் 12 ஆம் நாள் 1896இல் பம்பாய் மாநிலத்தில் கேத்வாடி (Khethwadi) என்ற ஊரில் பிறந்தார். இவரது முழுப்பெயர் சாலீம் மொய்ஜுதீன் அப்துல் அலி என்பதாகும். இவர் இந்தியாவில் முதன்முதலில் பறவைகளைப் பற்றிய முழுமையான தரவுகளைத் துவக்கியவர்.

அவருடைய மனைவியுடன் சேர்ந்தே விடைகளைத் தேடி அலைந்தார். நாடு விடுதலை அடைவதற்கு முன்பு சாலை வசதிகள் இல்லை. மேடு, பள்ளம் மிகுந்த சாலைகளில் இருவரும் மாட்டு வண்டிகளில் பயணம் செய்தனர். இருவரும் சிறிய கூடாரங்களில் தங்கினர். அனைத்து விதமான கடினமான சூழலிலும் இருவரும் சேர்ந்தே பயணித்தனர். "The book of Indian Birds" என்று 1934-1939 வரையிலான காலத்தில் இந்தியப் பறவைகளைப் பற்றி புத்தகம் எழுதினார். இப்புத்தகம் 1941இல் வெளிவந்தது. விடுதலைப் போராட்டத்தின் மூலம் சிறையில் இருந்த ஜவஹர்லால் நேருவைச் சந்தித்து இப்புத்தகத்தை இவருடைய

கையெழுத்துடன் கொடுத்தார். படித்து ஆச்சரியமடைந்த அவர், தனது மகள் இந்திரா காந்தி அவர்களுக்குப் பரிசளித்ததைத் தொடர்ந்து உலக அளவில் இந்நூல் கவனத்தைப் பெற்றது. இந்நூல் உருவாக இவருடனேயே அனைத்து களப்பணிகளுக்கும் பயணம் செய்து, இந்நூல் எழுதுவதற்கும், திருத்துவதற்கும் இவருடைய மனைவி பெரும் உதவியாக இருந்தார். அவருடைய மனைவி இறந்த பிறகு அவர் தனிமையில் வேலை செய்த கடினங்களை வெளிப்படுத்தியதில் மனைவி தெஹ்மினா பேகம் அவர்களின் இழப்பு எத்தகைய பாதிப்பை ஏற்படுத்தியுள்ளது என்பதைப் புரிந்து கொள்ள முடிகிறது.

சாலிம் அலியின் ஆய்வு பறவைகளை மற்றும் காப்பாற்றவில்லை. கேரளத்தில் உள்ள அமைதிப் பள்ளத்தாக்கு, ராஜஸ்தானில் உள்ள பரத்பூர் பறவைகள் சரணாலயம் ஆகிவையும் காப்பாற்றப்பட்டன. இவர் அறிமுகப்படுத்திய பறவைகளின் காலில் வளையமிடுதல், மற்றும் இவர் வெளியிட்ட புத்தகம் ஆகியவையே பறவை ஆராய்ச்சியாளர்கள் தற்போதும் பயன்படுத்தி வருகிறார்கள். அந்தப் படைப்புகள் இன்றைக்கும் உலக அளவில் மதிக்கப்பட்டு வருகின்றன. இந்திய அரசு அவரைக் கௌரவிக்கும் வகையில் கீழே கொடுக்கப்பட்டுள்ள அஞ்சல் தலையும் வெளியிட்டுள்ளது.

இத்தகைய செயல்பாடுகளுக்காக சாலிம்அலி பல்வேறு விருதுகளையும் பெற்றுள்ளார். தன்வரலாற்று நூலான "ஒரு சிட்டுக்குருவியின் வீழ்ச்சி *(The Fall of Sparrow)*" என்ற

அஞ்சல் தலை

தலைப்பில் அவரது வாழ்க்கையைப் பற்றிய நூல் வெளியிட்டுள்ளார். சாலிம் அலி மாநிலங்களவையின் நியமன உறுப்பினராக 1985ஆம் ஆண்டு தேர்ந்தெடுக்கப்பட்டு சிறப்பிக்கப்பட்டார் என்பது குறிப்பிடத்தக்கது. *Latidens salimalii* என்று ஒரு வௌவால் வகைக்கும் இவருடைய பெயரை வைத்துள்ளனர். எழுத்தாளர் ச.முகமதுஅலி மற்றும் ஆதிவள்ளியப்பன் ஆகியோர் இவரைப் பற்றிய நூல் எழுதியுள்ளனர்.

பறவை நோக்கல் என்பதைப் பொழுதுபோக்காக ஆரம்பித்து பிற்காலத்தில் மொத்த இயற்கையையும் காப்பாற்ற ஆராய்ச்சி முடிவுகளை செயல்படுத்தி, அவரே பி.என்.எச்.எஸ் (*Bombay Natural History Society*) ஆய்வு மையத்தின் தலைவராக பொறுப்பேற்கும் அளவிற்கு உயர்ந்தார். சில வருடங்களுக்கு முன் மேல் தட்டு மக்களால் பயன்படுத்திய பறவை நோக்கல் எனும் இத்துறை தற்போது அரசுப்பள்ளி மாணவர்கள், கிராமப்புற மக்கள் என விரிவடைந்துள்ளது. மேலும் இவை பற்றிய ஆராய்ச்சிகளை இன்னும் பரவலாக்க வேண்டும்.

"நான் என்னுடைய பங்கை முடித்துவிட்டேன், இனி இளைஞர்களாகிய உங்கள் கையில்" என்று ஆங்கிலத்தில் *"I suppose I have done my bit, Its now upto you younger people"* சாலிம் அலி செய்தியுடனே என் கருத்தை நிறைவு செய்கிறேன்.

□

www.ingramcontent.com/pod-product-compliance
Lightning Source LLC
LaVergne TN
LVHW060136051026
849517LV00007B/2482
* 9 7 8 9 3 9 5 7 7 6 4 2 4 *